AF658695

INSIGHT PUBLICA®

INSIGHT PUBLICA®

Nadakkavu, Kozhikode, Kerala
www. insightpublica.com
e-mail: insightpublica@gmail.com

Ente Vishada Vridharekkurichulla Smaranakal

(Malayalam)

Mathew Pral

First Edition:July 2018
This Edition: November 2021

ISBN 978-93-87398-33-7

എന്റെ വിഷാദ വൃദ്ധരെക്കുറിച്ചുള്ള സ്മരണകൾ

ലേഖനങ്ങൾ

മാത്യു പ്രാൽ

INSIGHT PUBLICA®

കോട്ടയം ജില്ലയിലെ നീണ്ടൂരിൽ 1946 നവംബറിൽ ജനിച്ചു. നീണ്ടൂർ സെന്റ് മൈക്കിൾസ് എൽ.പി. സ്കൂൾ, കൈപ്പുഴ സെന്റ് ജോർജസ് ഹൈസ്കൂൾ, പാലാ സെന്റ് തോമസ് കോളജ്, ചങ്ങനാശ്ശേരി സെന്റ് ബർക്ക്മൻസ് കോളജ് എന്നിവടങ്ങളിൽ വിദ്യാഭ്യാസം.

1970 മുതൽ ഉഴവൂർ സെന്റ് സ്റ്റീഫൽസ് കോളജിൽ മലയാളം അധ്യാപകൻ. 1993 മുതൽ മലയാളവിഭാഗം മേധാവി. 2002-ൽ വിരമിച്ചു.

1998- ലും 2002-ലും 2007-ലും അമേരിക്കൻ ഐക്യനാടുകളിലും കാനഡയിലും പര്യടനം നടത്തി. ഈജിപ്റ്റ്, ഇസ്രയേൽ, ജോർദ്ദാൻ, ശ്രീലങ്ക, ഗ്രീസ്, റോം, സ്വിറ്റ്സർലൻഡ്, ഫ്രാൻസ്, സ്പെയ്ൻ എന്നീ രാജ്യങ്ങൾ സന്ദർശിച്ചിട്ടുണ്ട്. 2009-ലെ അബുദാബി ക്നാനായ കൺവൻഷനിലും, യു.എ.ഇ.യിലെ ഉഴവൂർ കോളേജ് അലുമിനി അസോസിയേഷൻ സമ്മേളനത്തിലും 2016-ൽ കുവൈറ്റ്, കോളേജ് അലുമിനി യോഗത്തിലും, 2002-ൽ അമേരിക്കയിലെ ഒർലാൻഡോയിൽ നടന്ന ക്നാനായ കൺവൻഷനിലും അതിഥിയായിരുന്നു.

2002-ൽ അമേരിക്കയിലെ ഒർലാൻഡോയിൽ നടന്ന ക്നാനായ കൺവൻഷൻ ഏർപ്പെടുത്തിയ കെ.സി.സി.എൻ.എ.യുടെ സാഹിത്യ പുരസ്കാരത്തിനും 2006-ലെ ഫാ.ജോസഫ് നെടുഞ്ചിറ സ്മാരക സാഹിത്യപുരസ്കാരത്തിനും 2008-ൽ അപ്നാദേശിൽ പ്രസിദ്ധീകരിച്ച ഏറ്റവും നല്ല ലേഖനത്തിനുള്ള അവാർഡിനും 2011-ൽ കോട്ടയം അതിരൂപതാ ശതാബ്ദി പുരസ്കാരത്തിനും അർഹനായി.

ദിനവൃത്താന്തം, മുഴങ്ങുന്ന ചേങ്ങലകൾ, ഒരു ജീവിതത്തിന്റെ ചില ഭാഗങ്ങൾ, സമാഗമകൂടാരം, ഓക്പാർക്കിലെ രാത്രി എന്നീ നോവലുകളും, *പ്രാലേയം* എന്ന കഥാസമാഹാരവും, *അരയന്നങ്ങളില്ലാതെ മാനസസരസ്സ്* എന്ന ലേഖനസമാഹാരവും, *ബംഗ്ളാ ഉൾക്കനൽ* എന്ന യാത്രാവിവരണവും, *എള്ളൂർക്കുന്നിലെ എസ്തഫാനോസ്, ഫ്രാൻസീസ് അസ്സീസി വന്ന രാത്രി* എന്നീ സ്മരണകളും പ്രസിദ്ധീകരിച്ചിട്ടുണ്ട്.

വിലാസം: പ്രാലേൽ, എസ് എച്ച് മൗണ്ട്, കോട്ടയം -686 006

മാത്യു പ്രാൽ

മുഖക്കുറിപ്പ്

'എന്റെ വിഷാദവൃദ്ധരെക്കുറിച്ചുള്ള സ്മരണകൾ' എന്റെ പത്താമത്തെ പുസ്തകമാണ്. രണ്ടാമത്തെ ലേഖന സമാഹാരവും.

'അരയന്നങ്ങളില്ലാതെ മാനസസരസ്സ്' എന്ന ആദ്യലേഖന സമാഹാരം 2007 മാർച്ചിലാണ് പ്രസിദ്ധീകരിച്ചത്. പതിനൊന്നു വർഷങ്ങൾ പിന്നിട്ടു. ഇക്കാലയളവിൽ അവിടവിടെ ചില ആനുകാലികങ്ങളിൽ വന്ന ലേഖനങ്ങളിൽ എനിക്കിഷ്ടപ്പെട്ടവ ചേർത്തു ഒരു പുസ്തകമാക്കുകയാണ്. സദയം സ്വീകരിക്കുക.

ബഹുമാന്യനായ ഡോ. പി.പി. രവീന്ദ്രന്റെ അവതാരിക എന്നോടുള്ള സ്നേഹവും ലേഖനങ്ങളോടുള്ള താല്പര്യവും വെളിപ്പെടുത്തുന്നു. അദ്ദേഹത്തോടുള്ള നന്ദി അളവറ്റതാണ്.

കോഴിക്കോട് ഇൻസൈറ്റ് പബ്ലിക്കയോടും അതിന്റെ ജീവനായ പ്രിയപ്പെട്ട സുമേഷിനോടും ഞാൻ കടപ്പെട്ടിരിക്കുന്നു, ഈ പുസ്തകത്തിന്റെ സാക്ഷാത്ക്കാരത്തിന്.

സ്നേഹപൂർവ്വം

മാതൃപ്രാൽ

കോട്ടയം

3-3-2018

ആസക്തിയിലെ ആത്മീയത

പി.പി. രവീന്ദ്രൻ

പുസ്തകത്തിലൂടെ ജീവിതം പഠിച്ചവരാണ് വർത്തമാനകാല മനുഷ്യരെന്ന് സാധാരണ പറയാറുണ്ടല്ലോ. പാശ്ചാത്യ വിദ്യാഭ്യാസം നേടിയവരെക്കുറിച്ചും ആധുനികലോക വീക്ഷണം പങ്കുപറ്റുന്നവരെക്കുറിച്ചും ഇത് പ്രത്യേകം പറയാവുന്നതാണ്. ഏത് ദേശത്തിലെയും സാക്ഷരരായ പൗരസമൂഹത്തിന് ബാധകമാണീ പ്രസ്താവനയെങ്കിലും സ്വാതന്ത്ര്യപ്രാപ്തിയോടടുപ്പിച്ചും അതിനുശേഷവും ജനിച്ച വിദ്യാസമ്പന്നരായ ഇന്ത്യക്കാർക്ക് ഏറെ യോജിക്കും ഈ വിവരണം. യാഥാർത്ഥ്യത്തിന്റെ നേർപകർപ്പാണ് പുസ്തകമെന്ന പൊതുബോധം കഴിഞ്ഞ ഒന്ന്-ഒന്നര നൂറ്റാണ്ടുകൾക്കിടയിലാണ് ഇവിടെ വ്യാപകമാവുന്നത്. താൻ പറയുന്ന കാര്യങ്ങൾ സത്യമാണെന്നു തെളിയിക്കാൻ എത്ര പുസ്തകങ്ങൾ വേണമെങ്കിലും നിരത്തിവെക്കാൻ 'ഇന്ദുലേഖ'യിലെ പ്രശസ്തമായ പതിനെട്ടാമദ്ധ്യായത്തിൽ ഒരു വിദ്വാൻ തയ്യാറാവുന്നുണ്ടല്ലോ. 'ഞാനെ'ങ്ങനെ 'ഞാനാ'യിത്തീർന്നു എന്നറിയാൻ കുട്ടിക്കാലത്ത് വായിച്ച പുസ്തകങ്ങൾ നോക്കിയാൽ മതി എന്ന് മലയാളികളുടെ പ്രിയങ്കരിയായ മാധവിക്കുട്ടി സ്വന്തം സ്മരണകളിലൊരിടത്ത് എഴുതുന്നുണ്ട്. അക്ഷരം, അച്ചടി, പുസ്തക-പത്ര-മാസികാദികൾ ഇവ ചേർന്നൊരുക്കുന്ന പുതിയൊരു സ്ഥലമാണ്, വർത്തമാനകാല മലയാളിയുടെ ആരംഭബിന്ദു എന്നു കരുതുന്നതിൽ തെറ്റില്ല.

ആധുനികലോകത്ത് പുസ്തകത്തിന് ലഭിക്കുന്ന പ്രാമുഖ്യത്തെക്കുറിച്ച് ഇവിടെ ഓർക്കാൻ കാരണം മാത്യൂപ്രാൽ രചിച്ച 'എന്റെ വിഷാദവൃദ്ധരെക്കുറിച്ചുള്ള സ്മരണകൾ' എന്ന ലേഖനസമാഹാരമാണ്. ഏറെ പുതുമകളുള്ള കൃതിയാണിത്. പുസ്തകത്തിൽ നിന്നും ജീവിതത്തിലേക്കും തിരിച്ച് പുസ്തകത്തിലേക്കും അനായാസം കയറിയിറങ്ങുന്ന കൃതി. ഒരുവേള പുസ്തകം തന്നെയല്ലേ ജീവിതം എന്ന ചിന്ത നമ്മളിൽ മിന്നിമായിക്കുന്ന കൃതി. പുസ്തകം നമ്മുടെ ഭൗതിക ജീവിതത്തെയും ആത്മീയ ജീവിതത്തെയും ഒരുപോലെ ഉത്തേജിപ്പിക്കുമെന്നു പ്രഖ്യാപിക്കുന്ന കൃതി. പുസ്തകത്തിനോടു മുഖം തിരിഞ്ഞുനില്ക്കുന്ന സമൂഹം ആത്മീയതയെ വർജിക്കുന്ന സമൂഹമാണെന്ന മരിയോ വർഗായോസയുടെ തിരിച്ചറിവ് ആത്മാവിലാവാഹിക്കുന്ന കൃതി.

പുസ്തകത്തിന്റെയും പുസ്തക വായനയുടെയും ഈ പ്രാമാണ്യത്തെ വാച്യാ ആവർത്തിക്കുകയല്ല മാത്യൂപ്രാലിന്റെ ലേഖനസമാഹാരം ചെയ്യുന്നത്. അങ്ങനെയെങ്കിൽ പുസ്തക സംസ്കാരത്തെ സംബന്ധിച്ച ഒരു വരണ്ട പ്രബന്ധമായി അത് ഒടുങ്ങിയേനേ. ഈ കൃതിയിൽ പ്രാൽ അനുവർത്തിക്കുന്ന സമീപനം വ്യത്യസ്തമാണ്. പ്രയോഗത്തിലൂടെ സ്വന്തം രചനയെ മുകളിൽ പറഞ്ഞ കാര്യങ്ങൾക്കുള്ള മാതൃകയാക്കി മാറ്റുകയാണ് അദ്ദേഹം. സമാഹാരത്തിലുൾപ്പെടുത്തിയിരിക്കുന്ന ലേഖനങ്ങളിൽ പലതും പുസ്തകങ്ങളെക്കുറിച്ചുള്ള സൂചനകളിൽ നിന്നും തുടങ്ങുന്നവയോ അത്തരം സൂചനകളിൽ അവസാനിക്കുന്നവയോ ആണ്. ചില ലേഖനങ്ങളെ പുസ്തക നിരൂപണങ്ങളായിത്തന്നെ നമുക്കു വായിക്കാം. എങ്കിലും സാമ്പ്രദായികമായ അർഥത്തിലുള്ള പുസ്തകാവലോകനങ്ങളോ നിരൂപണങ്ങളോ അല്ല ഇവ. ലളിത രചന (belles-lettres) എന്ന പേരിൽ മുൻകാലങ്ങളിൽ അറിയപ്പെട്ടിരുന്ന എഴുത്തുമാതൃകയുടെയും പുസ്തകനിരൂപണത്തിന്റെയും സങ്കരമാണീ ലേഖനങ്ങൾ എന്നു പറയാം. ജീവിതത്തിൽ നിന്നും സാഹിത്യകൃതികളിലേക്കും തിരിച്ചു ജീവിതത്തിലേയ്ക്കും ഈ ലേഖനങ്ങൾ വായനക്കാരെ ആനയിക്കുന്നു, നടത്തിക്കുന്നു. ഇടക്കിടയ്ക്ക് നടത്തം നിർത്തിച്ചുറ്റുപാടും നോക്കാനും വ്യത്യസ്തമായ കാഴ്ചകൾക്ക് സാക്ഷിയാകാനും അവരെ പ്രേരിപ്പിക്കുകയും ചെയ്യുന്നു.

ശീർഷക ലേഖനമായിവരുന്ന 'എന്റെ വിഷാദവൃദ്ധരെക്കുറിച്ചുള്ള സ്മരണകൾ' നോക്കുക. മാർക്വേസിന്റെ പ്രസിദ്ധമായ 'എന്റെ വിഷാദവേശ്യകളെക്കുറിച്ചുള്ള സ്മരണകൾ' (Memories of My Melancholy Whores) എന്ന കൃതിയുടെ ഒരുതരം പാരഡിയാണാ ശീർഷകം. ഒരു തൊണ്ണൂറുകാരന്റെ കന്യകാമോഹമാണല്ലോ മാർക്വേസിന്റെ നോവൽ വിഷയം ആസ്വാദനം ലേഖനത്തിന്റെ അവിഭാജ്യഘടകമാണെങ്കിലും

തൊണ്ണൂറുകാരന്റെ ജീവിതാസക്തി ഉന്നയിക്കുന്ന പ്രണയചിന്തകളും ദാർശനിക വിചാരങ്ങളും മറ്റുമാണ് പ്രാലിന്റെ ലേഖനത്തിന്റെ കാതൽ. മനുഷ്യമനസ്സിന്റെ വിചിത്ര സഞ്ചാരത്തെ സംബന്ധിച്ച ഈ വിചിന്തനത്തെ എഴുപതാം വയസ്സിലെത്തിനില്ക്കുന്ന തന്റെ തന്നെ മാനസിക വ്യാപാരങ്ങളുമായി തുന്നിച്ചേർക്കാൻ തയ്യാറാകുന്നേടത്താണ് പ്രാലിന്റെ ലേഖനം പുസ്തക നിരൂപണത്തിൽ നിന്നും മാറി സ്വന്തം ഉണ്മയെക്കുറിച്ചുള്ള ഗാഢവിചാരമായി പരിണമിക്കുന്നത്.

സ്വന്തം ഉണ്മയെ സംബന്ധിച്ച ദാർശനിക വിചാരങ്ങളായിത്തന്നെവേണം സമാഹാരത്തിലെ ഇതര ലേഖനങ്ങളെയും വിലയിരുത്താനെന്നു തോന്നുന്നു. ഞാനെന്താണ് എന്നറിയാൻ ഞാൻ വായിച്ച പുസ്തകങ്ങൾ നോക്കിയാൽ മതി എന്ന മാധവിക്കുട്ടിയുടെ പ്രഖ്യാപനത്തെക്കുറിച്ച് മുൻപ് സൂചിപ്പിച്ചുവല്ലോ. ലേഖകന്റെ സ്വത്വരൂപീകരണത്തിനു കാരണമായ പുസ്തകങ്ങളേതൊക്കെയാണ് എന്ന് 'എന്റെ വിഷാദവൃദ്ധരെക്കുറിച്ചുള്ള സ്മരണകളി'ലെ ലേഖനങ്ങൾ നമ്മെ ഓർമ്മപ്പെടുത്തുന്നുണ്ട്. മാർക്വേസിന്റെ കൃതികൾക്കുപുറമെ, ബൈബിൾ, ഭഗവത്ഗീത, ഗീതഗോവിന്ദം, കസൻസാക്കിസിന്റെ നോവലുകൾ, ഫ്രാൻസിസ് പുണ്യാളന്റെ വചനങ്ങൾ, ദസ്തയേവ്സ്കിയുടെ നോവലുകൾ, സോഫാക്ലിസ് നാടകങ്ങൾ, ഖലീൽ ജിബ്രാൻ കവിതകൾ, ശ്രീരാമകൃഷ്ണപരമഹംസരുടെയും വിവേകാനന്ദന്റെയും കൃതികൾ, കുമാരനാശാൻ, വയലാർ, ഒ.വി വിജയൻ, വിനയചന്ദ്രൻ തുടങ്ങിയവരുടെ രചനകൾ എന്നിവ അവയിൽപ്പെടും. പലഭാഷകളിലും പലസംസ്കാരങ്ങളിലും പല ശൈലിപാരമ്പര്യങ്ങളിലും പെടുന്നവയാണെങ്കിലും ഇവയെല്ലാം കൂട്ടിയോജിപ്പിക്കുന്ന ചില പൊതുസ്വഭാവങ്ങളാവണം ലേഖകന്റെ സ്വത്വത്തെ അവയോടൊപ്പം ചേർത്തുനിർത്തുന്നത്. പുറമെ പരസ്പര വിരുദ്ധമെന്നു തോന്നാമെങ്കിലും തികഞ്ഞ ആന്തരിക ഐക്യത്തോടെ ഇണങ്ങിനില്ക്കുന്ന ജീവിതാസക്തിയും അനുഭവതീവ്രതയും പീഡാബോധവും ആഗ്രഹനിഗ്രഹവും ഉപഭോഗോപേക്ഷയും ജീവിതലാളിത്യവും മറ്റുമാണിസ്വഭാവങ്ങൾ. ഈ സ്വഭാവ സവിശേഷതകൾ ഒത്തുചേരുമ്പോൾ ഉരുത്തിരിഞ്ഞുവരുന്ന അലൗകികമായ ആത്മീയാനുഭവമാണ് പ്രാലിന്റെ ലേഖനങ്ങളുടെ അസ്തിവാരമായി വർത്തിക്കുന്നത്.

വ്യവസ്ഥാപിത മതങ്ങളുടെ വിചാരശൂന്യവും ആവർത്തന വിരസവുമായ ചര്യകളുടെ ചട്ടക്കൂടുകളിൽ നിന്നും ആത്മീയതയെ മോചിപ്പിക്കേണ്ടതിന്റെ ആവശ്യകതയെക്കുറിച്ച് ഈ ലേഖനങ്ങളിലൊന്നിൽ മാത്യുപ്രാൽ വിശദീകരിക്കുന്നുണ്ട്. മതാതീതമായ ഒരു പുതിയ ആത്മീയതയാണ് ഇവിടെ അദ്ദേഹത്തിന്റെ സ്വപ്നത്തിലുള്ളതെന്നു വ്യക്തം. ഉപഭോഗ സമൂഹത്തിന്റെ കമ്പോളയുക്തിക്കനുസൃതമായി ലോകത്തെക്രമപ്പെടുത്താൻ

മതസ്ഥാപനങ്ങൾ പരസ്പരം മത്സരിക്കുന്ന ഇക്കാലത്ത് വ്യത്യസ്തമായ ഒരനുഭവസ്ഥലം അന്വേഷിക്കുകയാണ് പ്രാൽ ഈ ലേഖനങ്ങളിലൂടെ. കാസറ്റുകളിലും ഫ്ലെക്സുകളിലും കൊണ്ടുനടക്കാൻ പാകത്തിലുള്ള മുദ്രാവാക്യങ്ങളായി ചുരുക്കാനുള്ളതല്ല ആത്മീയതയും മതബോധവുമെന്ന് വായനക്കാരെ വീണ്ടും വീണ്ടും ഓർമ്മപ്പെടുത്തുന്നവകൂടിയാണ് ഈ സമാഹാരത്തിലെ ലേഖനങ്ങൾ.

●

ലേഖനങ്ങൾ

എന്റെ
വിഷാദ വൃദ്ധരെക്കുറിച്ചുള്ള
സ്മരണകൾ

അന്ന് ഉറക്കമുണർന്നത് ഭാര്യ 'ഹാപ്പി ബർത്തിഡേ' ആശംസിക്കുന്നതു കേട്ടുകൊണ്ടാണ്. ദൈവമേ എനിക്ക് അറുപതു വയസ്സ്, ജന്മദിനം, ഷഷ്ടിപൂർത്തി, സന്തോഷവും ഒപ്പം വാർധക്യചിന്തയും.

സന്ധ്യയിൽ മക്കളും കൊച്ചുമക്കളും ചില സുഹൃത്തുക്കളും വരും. മാർക്കറ്റിലേക്കു പോകും വഴി ഒരു ബുക് സ്റ്റാളിൽ കയറി. ഈ അറുപതിന്റെ ഓർമയ്ക്കായി ഒരു പുസ്തകം വാങ്ങാം. വാതിൽ കടന്നുചെന്നപ്പോൾ മുന്നിൽ ഗബ്രിയേൽ ഗാർസിയ മാർകേസിന്റെ പുതിയ നോവൽ 'മെമ്മറീസ് ഓഫ് മൈ മെലങ്കളി വോർസ്സ്.'

ഉച്ചകഴിഞ്ഞു പുസ്തകം കൈയിലെടുത്തു. കൗമാര 'സ്ലീപ്പിങ് ബ്യൂട്ടി'യുടെ സുന്ദരമുഖം. അവളുടെ 'ന്യൂ ബോൺ ബ്രസ്റ്റി'നു മുകളിൽ പച്ചിലകളിൽ നിന്നു ഞാന്നുകിടക്കുന്ന ഒരു പൂങ്കുല. പുസ്തകം മറിച്ചു. നൂറ്റിപ്പതിനഞ്ചു പേജല്ലേയുള്ളൂ. ഈ പിറന്നാൾദിനത്തിൽ തന്നെ വായിച്ചു തുടങ്ങാം.

"The year I turned ninety, I wanted to give my self the gift of a night of wild love with an adolescent virgin'

കൊള്ളാം തൊണ്ണൂറാം ജന്മദിനമോഹം, മോഹനം, യൗവനസുരഭിലം.

'എന്റെ വിഷാദവേശ്യകളെക്കുറിച്ചുള്ള സ്മരണകൾ' മാർകേസിന്റെ അവസാന നോവൽ ആണ്. 2004 ൽ അതു പ്രസിദ്ധീകരിച്ചശേഷം

മാർകേസ് സ്മരണകളൊന്നും പകർത്തിയില്ല. ഓർമ്മകളെ സർഗാത്മകമാക്കിയ ആ പ്രതിഭാധനൻ ഓർമകളുണരാത്ത ഏകാന്തതയുടെ പത്തു വർഷങ്ങളിൽ കുടുങ്ങിക്കിടന്നു.

വിഷാദവേശ്യകളെ സ്മരിക്കുമ്പോൾ മാർകേസിനു പ്രായം എഴുപത്തിയേഴാണ്. 2014ൽ എൺപത്തിയേഴാം വയസ്സിൽ മരിക്കുമ്പോൾ തൊണ്ണൂറിനു മൂന്നു വർഷംകൂടി വേണം. തൊണ്ണൂറാം ജന്മദിനത്തിലാണല്ലോ വിഷാദവേശ്യകളിലെ നായകനായ 'ഞാൻ' ആഗ്രഹിച്ചത്., ഈ രാത്രി ഒരു കൗമാരകന്യകയ്ക്കൊപ്പം വന്യമായ സ്നേഹത്തിനു സമർപ്പിക്കാൻ.

അന്നത്തെ ആ അറുപതാം ജന്മദിനക്കാരന് ഇപ്പോൾ അറുപത്തേഴായി. മാർകേസ് കഥാവശേഷനായി. നോബൽ സമ്മാനാർഹനായ ആ മഹാസാഹിത്യകാരന് ആദരാഞ്ജലി അർപ്പിക്കാൻ കോട്ടയം ബസേലിയോസ് കോളേജ് സംഘടിപ്പിച്ച യോഗത്തിൽ പ്രസംഗിക്കാൻ ക്ഷണിച്ചപ്പോൾ, ഏകാന്തതയുടെ നൂറുവർഷങ്ങളും കോളറകാലത്തെ പ്രണയവും വിഷാദവേശ്യകളെക്കുറിച്ചുള്ള സ്മരണകളും പൊടിതട്ടിയെടുത്തു.

വിഷാദവേശ്യകളിലെ തൊണ്ണൂറുകാരന് പ്രായമേറിയിട്ടേയില്ല. വേശ്യാലയ ഉടമയായ റോസ കബാർക്കാസും വഗാഡിനാ എന്ന് ഓമനപ്പേരിട്ടു തൊണ്ണൂറുകാരൻ വിളിച്ച ആ പതിന്നാലുകാരിയും ഇന്നും അതേ പ്രായത്തിൽത്തന്നെ.

പ്രായമേറുന്നത് ആർക്കാണിഷ്ടം. പ്രായമാകാതിരിക്കാനാണ് എല്ലാവരും കൊതിക്കുന്നത്. അല്ലെങ്കിൽ ഏറിവരുന്ന പ്രായത്തെ പ്രതിരോധിക്കാനാണ് എല്ലാവരും ശ്രമിക്കുന്നത്. യൗവനം അന്ന് ഒരു വർണപ്പകിട്ടൊക്കെ പെട്ടെന്നു കാട്ടിപിന്തിരിയുമ്പോൾ, ജരാനരകൾ വന്നു വെള്ളിവരകൾ കോറിയിടുമ്പോൾ എന്തുചെയ്യാം വാർധക്യം ഊന്നുവടി സമ്മാനിക്കയായി. തൊണ്ണൂറുകാരന്റെ പഴയൊരു കിടപ്പറസഖി, ഇപ്പോൾ എഴുപത്തിമൂന്നുകാരിയായ കാസിൽഡാ അർമെന്റാ അയാളോടു പറയുകയാണ്: We already are old what happens is that you don't feel it on the inside but from the out side everybody can see it.

പ്രായം ഒരു തോന്നലാണ്. ഉള്ളിൽ 'ഫീൽ' ചെയ്യുന്നില്ലെങ്കിൽ പ്രായം പ്രായമല്ല. പ്രായം യഥാർത്ഥത്തിൽ മറ്റുള്ളവരുടെ കണ്ണിലൂടെയുള്ള കാഴ്ചയാണ്. ആ പുറം കാഴ്ചയെ പുറം പകിട്ടുകൊണ്ട് ഒന്നു തടയാൻ ശ്രമിക്കാമെന്നേയുള്ളൂ. മുടി കറുപ്പിക്കാം, മുഖം മിനുക്കാം, യൗവനപ്രസക്തമായ വേഷമിടാം. എങ്കിലും പുറം കാഴ്ചയിൽ യഥാർത്ഥ പ്രായം ഗണിക്കപ്പെടുന്നുണ്ട്. എന്നാലും പ്രായമായവർ പ്രായമായെന്നു

സമ്മതിച്ചതരാൻ കുറച്ചു പ്രയാസം കാണിക്കും. കാരണം ഉള്ളിലവർക്കും ചെറുപ്പമായിരിക്കാനുള്ള സ്വാതന്ത്ര്യമുണ്ടല്ലോ.

എന്റെ വിഷാദ വൃദ്ധർ

എന്റെ വിഷാദവൃദ്ധരെക്കുറിച്ചുള്ള സ്മരണകൾ ഒന്നു പങ്കുവയ്ക്കട്ടെ.

വല്യപ്പന്റെ ജ്യേഷ്ഠസഹോദരൻ അപ്പച്ചി എന്ന് എല്ലാവരും വിളിച്ചിരുന്ന പ്രാലേൽ ഔസേപ്പ് മരിച്ചത് നൂറ്റിയൊന്നാമത്തെ വയസ്സിലാണ്. എനിക്കന്ന് ആറുവയസ്സ്. സന്ധ്യയിൽ അപ്പച്ചി കള്ളുകുടിക്കാനിരിക്കുമ്പോൾ ഞങ്ങൾ കുട്ടികൾ ചുറ്റും കൂടും. അപ്പച്ചി ഞങ്ങളുടെ ചുണ്ടിൽ കള്ളുകോപ്പ മുത്തിക്കും. കൂട്ടാൻ കറി വായിൽ വച്ചു തരും. ഒരു ദിവസം കള്ളുകുടി കഴിഞ്ഞു കിണറ്റുകരയിലിരുന്ന് വെള്ളം കോരിയൊഴിച്ച് പാനയുടെ ഈരടിൾ മൂളവേ മറിഞ്ഞുവീണു. അനായാസ മരണം.

മരണത്തിന് അഞ്ചാറുമാസം മുൻപ് അപ്പച്ചിയുടെ ഒരു മകൾ അറുപത്തിയൊന്നു വയസ്സുള്ള അന്നാച്ചി മരിച്ചു. മരണവിവരം അപ്പനെ അറിയിക്കാൻ മകൻ തൊമ്മൻ അടുത്തുചെന്നു. ഈ പ്രായത്തിലുള്ള അപ്പനോടു മകളുടെ മരണം എങ്ങനെപറയും. ഒടുവിൽ ഭയാശങ്കകളോടെ മരണം അറിയിച്ചു. അപ്പച്ചി ഭാവഭേദങ്ങളൊന്നും കൂടാതെ പറഞ്ഞു: അന്നാച്ചി മരിച്ചോ. അവളുടെ മരിക്കട്ടെടാ. അവൾക്കു പ്രായമായില്ലേ.

എപ്പോഴാണ് ഒരാൾക്കു പ്രായമാകുന്നത്? അറുപത്തിയൊന്നിൽ മകളുടെ പ്രായത്തിലോ, അതോ നൂറ്റിയൊന്നിൽ അപ്പന്റെ പ്രായത്തിലോ അതോ പെൻഷൻ പറ്റുമ്പോഴോ. യാത്രയയപ്പു യോഗത്തിൽ പ്രസംഗകർ പറയും. ഈ അൻപത്തിയാറു വയസ്സ് ഒരു വയസ്സല്ല, ഒരു പുതുജീവിതത്തിനുള്ള അവസരമാണിത്, എന്നൊക്കെ. വിഷാദവേശ്യകളിലെ 'ഞാൻ' വേശ്യാലയ നടത്തിപ്പുകാരിയെ ഫോൺ ചെയ്തശേഷം ഇങ്ങനെയാണു ചിന്തിക്കുന്നത്: Beginning of a new life an age of ninety when most mortals have already died.

അപ്പോൾ തൊണ്ണൂറാം വയസ്സും ഒരു പുതുജീവിതത്തിനുള്ള തുടക്കമാണ്. പിന്നെ എപ്പോഴാണ് വാർധക്യചിന്ത വരുന്നത്? മരണചിന്ത വരുമ്പോഴാ. മരണചിന്ത വരുന്നത് ഏതു പ്രായത്തിലാണ്? അതിനൊരു പ്രായമുണ്ടോ. അപ്പച്ചനും അമ്മച്ചീം എന്തിനാ ഇതിലൊക്കെ ഇടപെടുന്നേ; വല്ലോം കഴിച്ചു പ്രാർഥനേം ചൊല്ലി അവിടെങ്ങാനും അടങ്ങിയൊതുങ്ങി ഇരുന്നൂടേ എന്നു മക്കൾ പറയാൻ തുടങ്ങുമ്പോഴാണോ മാതാപിതാക്കൾക്കു പ്രായമാകുന്നത്. സ്വത്തെല്ലാം കൈക്കലാക്കി ഇനി അപ്പനും അമ്മേം അനാവശ്യമെന്നു മക്കൾക്കു തോന്നുമ്പോഴോ, അതോ ഒരുവൻ തന്റെ യൗവനവീരേതിഹാസങ്ങൾ സ്ഥാനത്തും അസ്ഥാനത്തും ആവർത്തിക്കുമ്പോഴോ, നീ ഇക്കാര്യം ഈയിടേം പറഞ്ഞതാണല്ലോ

എന്നു കൂട്ടുകാരൻ പറയാതെ പറയുന്നിടത്താണോ. 'മൈ സെക്ഷ്വൽ ഏജ് വറീഡ് മീ' എന്ന് ആകുലപ്പെട്ടുമ്പോഴോ?

എന്റെ കൊച്ചുന്നാളിൽ ഒരു അയൽ വീട്ടിൽ അസമയത്ത് ഒരു വൃദ്ധൻ കയറി. അതു കാണാനിടവന്ന ഒരു ചെറുപ്പക്കാരൻ ആ വൃദ്ധനെ വീട്ടുമുറ്റത്തെ തെങ്ങിൽ പിടിച്ചുകെട്ടി. ബഹളം കേട്ട് ഞാനും ഓടിച്ചെന്നു. വൃദ്ധൻ ഒരു സമ്പന്ന വീട്ടിലേതാണെന്നു വ്യക്തം. കക്കാനല്ലെങ്കി പിന്നെന്തിനാ എന്നുള്ളത് ആ പ്രായത്തിൽ എനിക്ക് ഒരു പ്രശ്നോത്ത രിയായി. ഓടിക്കൂടിയവർ നാണം കെട്ട് തല കുമ്പിട്ടുനിന്ന വൃദ്ധന്റെ മേൽ ചൊരിഞ്ഞ ആക്ഷേപവാക്കുകളുടെ പൊരുൾ എന്തെന്നു മെല്ലെ മനസ്സിലാക്കിയപ്പോൾ ഒരു കാര്യം വ്യക്തമായി. വാർധക്യത്തിൽ സെക്സ് അനുചിതവും അവഹേളനവുമെന്ന്, മോഹങ്ങളെ അടക്കം ചെയ്യാനുള്ളതാണെന്ന്.

ഹൈസ്കൂളിൽ പഠിക്കുന്ന കാലം. വീടിനു പടിഞ്ഞാറ് വിശാലമായ പുഞ്ചപ്പാടങ്ങൾ. ജൂൺ, ജൂലൈ മാസങ്ങളിൽ വെള്ളം കയറി കായൽപോലെയാകും. അക്കരെയുള്ള കല്ലറ. പെരുന്തുരത്ത്, പറവ ന്തുരുത്ത് തുടങ്ങിയ കരകളിൽ നിന്നു കൈപ്പുഴ സ്കൂളിലേക്കു പോകുന്ന വിദ്യാർത്ഥികൾ കടത്തുവള്ളത്തിൽ വന്നിറങ്ങുന്നതു വീട്ടിനടുത്തുള്ള കടവിലാണ്. കൂട്ടുകാർ വന്നിറങ്ങുന്നതിനായി ഞാൻ അവിടെ കാത്തു നിൽക്കും. എന്നും ഓലക്കുട ചൂടി ഒരു വൃദ്ധൻ ആ സമയം നോക്കി അവിടെ വരും. മൂപ്പന്റെ ഉദ്ദേശ്യമെന്തെന്നു മുതിർന്ന കൂട്ടുകാർക്ക് അറിയാം. ഹാഫ് സ്കർട്ടുകാരികൾ വള്ളത്തിൽ നിന്നിറങ്ങുമ്പോൾ 'ആ മൃദുരോമചാരുവാം കണങ്കാൽ കണ്ടു കൊതിയൂറാനാ'ണെന്ന്. കുട്ടികൾ മൂപ്പനെ കളിയാക്കും. വയസ്സായി വടി തോളേലായി. കുഴീലോട്ടു കാലും നീട്ടിയിരിപ്പാ എന്നിട്ടാ, നാണമില്ലേ ഇങ്ങനെ വായ് നോക്കാൻ എന്നൊക്കെ, എന്നാലും പിന്നെയും വന്നു നിൽക്കും, ഒരു ദിവസം കളി യാക്കൽ അസഹ്യമായപ്പോൾ വൃദ്ധൻ മുട്ടറ്റം വരെയുള്ള തോർത്തുമുണ്ട് പൊക്കിപ്പിടിച്ചു. ദാണ്ടെടാ ഇവനു പ്രായമായില്ലെടാ.

സദാചാരവും പ്രായവും

മോഹങ്ങൾ അവസാന നിമിഷംവരെയാണല്ലോ. വാസനബന്ധം ഉടലു വീഴുവോളം തുടരുമല്ലോ. ധാർമികത, സദാചാരം എന്നിങ്ങനെ സന്മാർ ഗപാഠങ്ങൾ പഠിച്ചവർ, മൂല്യങ്ങൾ പരിപാലിക്കാനും ആശയടക്കം നിർവഹിക്കാനും കടപ്പെട്ടവരാണല്ലോ. വിശുദ്ധമായ ആദർശങ്ങളുടെ മേൽക്കുപ്പായം ധരിച്ചവർക്ക് മരണംവരെ കപടനാട്യക്കാരെപ്പോലെ യെങ്കിലും പെരുമാറണമല്ലോ. 'Morality too, is a question of time' എന്ന വേശ്യാലയ നടത്തിപ്പുകാരിയായ വൃദ്ധയ്ക്ക്, റോസാ കബാർകാ സിനെപ്പോലുള്ളവർക്ക് അനുഭവജ്ഞാനം കൊണ്ടു പറയാൻ പറ്റും.

മൊറാലിറ്റി എന്നതു കാലത്തിന്റെ മാത്രം കാര്യമല്ല, അതു സ്ഥലത്തിന്റെ കൂടി കാര്യമാണെന്നു മൊറാലിറ്റി സൂക്ഷിപ്പകാരായ മലയാളികൾക്കു ബോധ്യമുള്ള കാര്യമാണ്. Morality too, is, a question of place.

തൊണ്ണൂറുകാരന്റെ കൗമാരകന്യകാമോഹത്തെയും വേശ്യാസ്മരണകളെയും മാർകേസ് ആവിഷ്കരിക്കുന്നത് ലാറ്റിനമേരിക്കൻ പശ്ചാത്തലത്തിലാണ്. ലാറ്റിനമേരിക്കയിലെ ഒരു രാജ്യമാണ് കൊളംബിയ, മാർകേസിന്റെ ജന്മനാടായ അരാക്കറ്റാക കൊളംബിയയിൽ ആണ്. കൊളംബിയയിലെ ഒരു പട്ടണത്തിലെ സാൻ നിക്കോളാസ് പാർക്കിനടുത്താണ് തൊണ്ണൂറുകാരന്റെ താമസം. വീട്ടിൽ നിന്നു നോക്കിയാൽ ക്രിസ്റ്റഫർ കൊളംബസ്സിന്റെ പ്രതിമയും മഗ്ദലേന നദിയും കത്തീഡ്രലും കാണാം. അവിടെനിന്ന് അകലെയൊന്നുമല്ല റോസയുടെ സ്ഥാപനം.

ലാറ്റിനമേരിക്കയിലെ തൊണ്ണൂറുകാരനും തന്റെ തൊണ്ണൂറാം ജന്മദിനം ഒരു കൗമാരകന്യകയ്ക്കൊപ്പം ആകാമെന്ന് ആഗ്രഹിക്കുന്നതിനു സാങ്കേതിക തടസ്സങ്ങളൊന്നുമില്ല. ആ നാടിന്റെ സാമൂഹ്യസാംസ്കാരിക ജീവിതപശ്ചാത്തലം അതിന് എതിരു നിൽക്കില്ല. അതറിയാവുന്നതുകൊണ്ടുകൂടിയാണ്, നമ്മുടെ ഭരണാധികാരികൾ പറയുന്നത് അവിടങ്ങളിൽ അതൊക്കെ ഒരു ചായകുടിപോലെയാണെന്ന്. ക്രിസ്തുമതവും ബൈബിളും അധ്യാത്മികതയും പോലീസും ഒന്നും അവിടെ ഒരുവന്റെ ജഡികമോഹങ്ങളെ അങ്ങനെയങ്ങുനിയന്ത്രിക്കുന്നില്ല. ഇങ്ങനെയൊരു ജീവിത സാഹചര്യത്തിൽ മാർകേസിന്റെ തൊണ്ണൂറുകാരൻ അപ്രകാരമൊരു ശരീരകാമനയെ പ്രതിനിധാനം ചെയ്യുന്നുണ്ട്. അയാൾ കൃത്യമായ ഒരു കണക്കെടുത്തുവച്ചിട്ടുണ്ട്. ഈ തൊണ്ണൂറാം വയസ്സിൽ അതു കൃത്യമായി ഓർത്തെടുക്കുന്നുമുണ്ട്. തന്റെ അൻപതാം വയസ്സുവരെ താൻ എത്ര സ്ത്രീകളോടൊപ്പം ശയിച്ചിട്ടുണ്ടെന്ന്. അതിൽ ചില സ്ത്രീകളുമായി ഒരുതവണ, എന്നാൽ പലരുമായി പലതവണ, അൻപതു വയസ്സുവരെ താൻ കിടക്ക പങ്കിട്ട പെണ്ണുങ്ങളുടെ പേര്, സ്ഥലം, സാഹചര്യം, അതിന്റെയൊരു രീതി ഇവയൊക്കെ വ്യക്തമായി ഡയറിയിൽ കുറിച്ചിട്ടുള്ളതുകൊണ്ടാണ് ഇങ്ങനെയൊരു കൃത്യമായ കണക്ക് ഈ പ്രായത്തിലും എടുത്തുപറയാൻ സാധിക്കുന്നത്. അൻപതു വയസ്സിനു ശേഷം ഡയറിയിൽ രേഖപ്പെടുത്തുന്നതു നിർത്തി. കാരണം, ശരീരം പഴയപോലെ സന്നദ്ധമല്ലാത്തതുകൊണ്ട് സ്ത്രീകളോടുള്ള ഇടപാടുകൾ കുറച്ചു. അതുകൊണ്ട് ഇമ്മാതിരി ബന്ധങ്ങളുടെ എണ്ണം ഓർമയിൽ വയ്ക്കാൻ മാത്രമേയുള്ളൂ.

അൻപതുവയസ്സുവരെ 514 സ്ത്രീകൾ. ഈതൊണ്ണൂറിൽ എത്താൻ നാൽപ്പതു വർഷം കൂടി ജീവിച്ചു. ഈ നാൽപ്പതു വർഷത്തിനിടെ ബന്ധപ്പെട്ട സ്ത്രീകളെല്ലാം ഓർമയിലുണ്ടെങ്കിലും അവരുടെ എണ്ണം എത്രയെന്ന്

അയാൾ പറയുന്നില്ല. 'My sexual age never worried me' എന്ന് ഈ തൊണ്ണൂറാം വയസ്സിലും അയാൾക്ക് ആത്മവിശ്വാസമുള്ളതുകൊണ്ട് സ്ത്രീവിഷയസംബന്ധിയായ എണ്ണം അങ്ങനെയങ്ങു കുറയണമെന്നില്ല. ഭാര്യ എന്ന ഏകസ്ത്രീവ്രതത്തിൽ ധാർമിക ജീവിതം നയിക്കുന്ന നമ്മെപ്പോലുള്ളവരുടെ സദാചാര വിശ്വാസത്തെ ഈ വയസ്സൻ വല്ലാതെ ശല്യപ്പെടുത്തുന്നുണ്ട്.

ഇയാൾ വിവാഹിതനല്ല. തമാശയായി ഇടയ്ക്കൊക്കെ അയാൾ പറയും, Whores left me no time to be married. ഒരിക്കൽ അയാൾ വിവാഹത്തിന്റെ വക്കുവരെ എത്തിയതാണ്. വിവാഹ ദിവസം പ്രാഭാതത്തിൽ, കത്തീഡ്രൽ ദേവാലയത്തിലെ മണിയടി കേട്ട് അയാൾ സന്തോഷിച്ചതാണ്. കുറേക്കഴിയുമ്പോൾ അവിടെയാണല്ലോ തന്റെ വിവാഹം നടക്കുന്നത്. ആ സന്തോഷത്തെ തകർത്തുകൊണ്ട് ഒരാൾ ഓടിവന്നു പറഞ്ഞു, പ്രതിശ്രുത വധു സിമനാ ഒർറ്റിസ് ഒളിച്ചോടിപ്പോയെന്ന്.

അയാൾക്ക് അടുത്ത സുഹൃത്തുക്കളാരുമില്ല. ഉണ്ടായിരുന്നവർ ഈ ഭൂമി വിട്ടുപോയി. 'I live without dogs, cats, birds, servants' ആരുമില്ല. ഒറ്റയ്ക്ക് ഒറ്റപ്പെട്ട്, ഒറ്റപ്പെട്ടവന് ഏകാന്തതയുടെ വർഷങ്ങൾ ഭാരമാകാതിരിക്കാൻ ഏറ്റവും നല്ല നേരമ്പോക്ക് സ്ത്രീകൾതന്നെയാണല്ലോ. ഇതിനിടയിൽ തന്റെ ഏകാന്ത ജന്മത്തെ അയാൾ സാക്ഷത്കരിച്ചത് എൽ ഡയറിയോ ഡി ലാ പാസ് എന്ന പത്രത്തിൽ നാൽപ്പതു വർഷം എഡിറ്ററായി സേവനം ചെയ്തുകൊണ്ടാണ്. അയാൾ എന്നും നല്ലവായനക്കാരനായിരുന്നു. പണ്ടു വായിച്ച ക്ലാസിക് കൃതികൾ ഇപ്പോഴും വായിക്കുന്നുണ്ട്. അയാൾ സംഗീതപ്രിയനാണ്. ബിഥോവനും മൊസാർട്ടും വാഗ്നറും അയാൾക്ക് ഇഷ്ടപ്പെട്ട സംഗീതജ്ഞരാണ്. സംഗീതത്തെക്കുറിച്ച് ആധികാരികമായി സംഗീത വേദികളിൽ ഇപ്പോഴും സംസാരിക്കും. ഈ പ്രായത്തിലും അയാൾ പണ്ടു താൻ എഡിറ്ററായിരുന്ന പത്രത്തിൽ ഞായറാഴ്ചപ്പതിപ്പിൽ പ്രശസ്തമായ ഒരു കോളം എഴുതുന്നുണ്ട്. 'When I wrote in the voice of ninety year old, who had not learned to think an old man.'

തൊണ്ണൂറാം വയസ്സിലാണ് എഴുതുന്നത്. പക്ഷേ, ചിന്തിക്കുന്നത് വൃദ്ധനെപ്പോലെയല്ല. വൃദ്ധനാകുമ്പോഴും ഒരു ചെറുപ്പക്കാരനെപ്പോലെ ചിന്തിക്കുകയും ഇടപെടുകയും ചെയ്യുന്നതിന്റെ പൊരുളെന്താണ് എന്ന് എന്റെ പിതൃസഹോദരനായ പി.സി. അപ്പാപ്പന്റെ നവതി ആഘോഷവേളയിൽ കുടുംബസദസ്സിൽ ഞാൻ അപ്പാപ്പനോടു ചോദിച്ചു. അപ്പാപ്പൻ മറുപടി പറഞ്ഞു. എനിക്കൊരു ഭാര്യകൂടെയുണ്ട്. അവളുടെ പ്രായത്തെ ഞാൻ ഗൗനിക്കുന്നില്ല. അവൾ ഉത്തമയായ ഭാര്യയായതുകൊണ്ട്

മനപ്രയാസങ്ങളൊന്നുമില്ല. മക്കളെക്കൊണ്ടും കൊച്ചുമക്കളെക്കൊണ്ടു മുള്ള ആനന്ദമുണ്ട്. മുപ്പത്തിയഞ്ചു വർഷം സ്കൂൾ അധ്യാപകനായിരുന്നതു കൊണ്ട് എന്റെ മനസ്സ് ഇപ്പോഴും ചെറുപ്പമാണ്. വയസ്സന്മാരോടു ഞാൻ കൂട്ടുകൂടില്ല. അവരെപ്പോഴും എണ്ണയും കുഴമ്പും വലിച്ചിലും കോച്ചലും അവിടെ വേദന, ഇവിടെവേദന, എന്നൊക്കെപറയും കഴിവതും ഞാൻ അവരെ ഒഴിവാക്കും. പത്രോം കവിതേം ഒക്കെ വായിക്കും പ്രത്യേകിച്ചും ആശാൻ കവിത. പിന്നെ നിങ്ങക്കൊക്കെ അറിയാമല്ലോ. ഞാൻ ഈ അടുത്തകാലംവരെ സൈക്കിളിൽ ആണു സഞ്ചരിച്ചിരുന്നത്. അതെന്റെ ഇരുപത്തിയഞ്ചാം വയസ്സിൽ കൂടെക്കൂടിയതാണ്. അത് ഈ അടുത്ത കാലത്ത് മോഷണം പോയി. പുതിയതു വാങ്ങാൻ പിള്ളേരൊട്ടു സമ്മതിക്കുന്നുമില്ല. ആ പോട്ടെ, അതുകൊണ്ടിപ്പം കുട്ടോമ്പുറം ഷാപ്പിപ്പോക്കുനിർത്തി. ദിവസോം വൈകുന്നേരം ഒരു കുപ്പി ഇവിടെ വരും. സൈക്കിളേൽ ഷാപ്പിപ്പോയിരുന്നു കഴിക്കുന്നതിന്റെ സുഖമൊന്നുമില്ല കേട്ടോ. എന്നാലും ഒരു ചെറുപുളി ഒരു ചെറുമധുരം, ഒള്ളതാട്ടെ.

എന്റെ അപ്പാപ്പൻ രസികനാണു പഴയ കഥാകാലക്ഷേപക്കാരനാണ്. അദ്ദേഹത്തോടൊപ്പം സംസാരിച്ചിരിക്കുമ്പോ മുഷിഞ്ഞ നമ്മുടെ മനസ്സും ഉന്മേഷം കൊള്ളും ആ നടപ്പിലും എടുപ്പിലും സംസാരത്തിലും യൗവനസഹജമായ ഒരു ഊർജ്ജം പ്രസരിക്കും. ഒരു ദിവസം അപ്പാപ്പൻ എന്നോട് ഒരനുഭവകഥ പറഞ്ഞു. പതിവുപോലെ കുട്ടോമ്പുറം ഷാപ്പിൽ നിന്നു സൈക്കിൾ ചവിട്ടി വീട്ടിലേയ്ക്കു വരികയാണ്. നവംബർമാസം ആയതിനാൽ നേരത്തേ ഇരുട്ടി. എതിരെ വന്ന വണ്ടിയുടെ ഹെഡ് ലൈറ്റിൽ കണ്ണു ചിമ്മി. അപ്പാപ്പൻ സൈക്കിൾ നിർത്തി. അതൊരു പോലീസ് ജീപ്പായിരുന്നു. “ലൈറ്റില്ലാതെയാണോ സൈക്കിൾ ഓടിക്കുന്നത്.” സ്ഥലം എസ്.ഐ. ആണ് ചോദിക്കുന്നത്. ‘ഓ. ഏമാനായിരുന്നോ. ഞാൻ ഓർക്കയായിരുന്നു. ആരാ ഡിം ലൈറ്റ് ഇടാതെ ഓടിക്കുന്നതെന്ന്.’ ‘കാരണോര് ഷാപ്പിക്കേറീതിന്റെ ലക്ഷണമൊണ്ടല്ലോ.’ ‘ഷാപ്പീക്കേറുക മാത്രമല്ല, സത്യം പറയാമല്ലോ ഒരു കുപ്പീം എക്സ്ട്രാ ഒരു ഗ്ലാസ്സും കൂടി അടിച്ചു.’ ഈ പ്രായത്തി വീട്ടി വരുത്തിക്കുടിച്ചാപ്പോരേ.’ ‘എനിക്കോ പ്രായോ...’ ഒന്നു ചിരിച്ച് അപ്പാപ്പൻ തുടർന്നു. ‘മോനിപ്പോ എത്ര വയസ്സായി? കൃത്യം പറയണം. ‘നാല്പത്തിയെട്ട്’. ‘നാല്പത്തിയെട്ടോ, എങ്കി ജീപ്പേക്കേറി നടക്കേണ്ട പ്രായമായി. എനിക്കു സൈക്കിൾ ഉപേക്ഷിക്കേണ്ട പ്രായായില്ല.’ ‘കാരണോരു കൊള്ളാല്ലോ, ഇപ്പം എത്ര വയസ്സായി. കൃത്യം പറയണം.’ മോന്റെ പ്രായം നാൽപ്പത്തിയെട്ട്. അതൊന്നു തിരിച്ചിട്ടേ.’ പി.സി. അപ്പാപ്പൻ സൈക്കിൾ ചവിട്ടി മുന്നോട്ടു പോയിക്കഴിഞ്ഞു. എസ്.ഐ. അന്തംവിട്ടു നോക്കിയിരുന്നു. ദൈമേ എൺപത്തിനാലോ!

ഓരോരുത്തർക്കും ഓരോരോ മാർഗങ്ങളാണ് പ്രായത്തെ പ്രതിരോധിക്കാൻ. അതു സ്വയം കണ്ടെത്തുകയാണ്. അതിനനുസൃതമായി ഒരു ജീവതശൈലി സ്വരൂപിക്കുകയാണ്. 'The only definitive thing is death' എന്ന വിഷാദവേശ്യകളിലെ നായകനെപ്പോലെ എല്ലാവർക്കും നിശ്ചയമുണ്ട്. മരണഭയമാണ് വാർധക്യത്തെ ഭയപ്പെടുത്തുന്നത്. രോഗവും ഏകാന്തതയും ഒറ്റപ്പെടലും അവഗണനയും വൈരൂപ്യവും അനിശ്ചിതത്വവും ആധിയും വ്യാധിയും മനോവ്യഥയുമെല്ലാം കൂടിക്കലർന്നുള്ള ഒരു പീഡാനുഭവകാലമാണത്. ആ കാലത്തെ ശരീരം കൊണ്ടും മനസ്സുകൊണ്ടും എങ്ങനെ പോസിറ്റീവാക്കാം എന്ന ചിന്തയിൽ നിന്നാണ് വാർധക്യത്തിന്റെ സൗന്ദര്യം സ്വരൂപിക്കപ്പെടുന്നത്.

മരണത്തെ മറികടക്കുന്നത്.

എന്റെ വിഷാദവൃദ്ധരെക്കുറിച്ചുള്ള സ്മരണകളിൽ സജീവമായി ഇപ്പോൾ നിറയുന്നത് എന്റെ ഏക അമ്മാവനാണ്. മരണം എന്ന യാഥാർത്ഥ്യത്തെ മറികടക്കാനായി മരണസംബന്ധിയായ എല്ലാറ്റിൽനിന്നും അദ്ദേഹം ബോധപൂർവം മാറിനിന്നു. അദ്ദേഹം ഒരു ധ്യാനപ്രസംഗത്തിലും പങ്കെടുക്കില്ല. 'ഈ അച്ചന്മാരു പാപത്തെയും മരണത്തെയും കുറിച്ചാ എപ്പോഴും പറയുക. അതു കേൾക്കുന്നത് എനിക്കിഷ്ടമല്ല.' മക്കൾ നിർബന്ധിച്ചാൽ ഞായറാഴ്ച പള്ളിയിൽ ഒന്നുപോകും. പോയാൽ പള്ളിയുടെ ഇടത്തേ ഭിത്തിയോടു ചേർന്നേ ഇരിക്കൂ. പള്ളിക്കു വലതുവശത്തു മുറ്റം കഴിഞ്ഞാലുടനെ സെമിത്തേരിയാണ്. ഒരു കാരണവശാലും അങ്ങോട്ടു കണ്ണും ചെല്ലരുത്. പത്രം വിശദമായി വായിക്കും. ആനുകാലിക സംഭവങ്ങളെല്ലാം മനസ്സിലാക്കും. പക്ഷേ, നിര്യാതരായി എന്ന പേജ് തുറന്നു നോക്കില്ല. അത്ര അടുത്ത ബന്ധുക്കൾ മരിച്ചാൽ ഒന്നു ചെന്നു ഉടനെ സ്ഥലം വിടും. എന്റെ അമ്മ, അദ്ദേഹത്തിന്റെ ഇളയ സഹോദരി മരിച്ചപ്പോൾ വീട്ടിലൊന്നു വന്ന് ഒരു നോക്കുകണ്ടു. പിന്നെ ഞങ്ങളാരും ആ അമ്മാവനെ കണ്ടില്ല. വീട്ടിൽ വരുന്ന ആരെങ്കിലും മരണത്തോടു ബന്ധപ്പെട്ട് എന്തെങ്കിലും പറഞ്ഞാൽ ഉടനെ അദ്ദേഹം വിഷയം മാറ്റും. അല്ലെങ്കിൽ അവിടെനിന്നു മാറും. അതുകൊണ്ടാണോ എന്നറിയില്ല, മരണം അറിയാതെ അദ്ദേഹം മരിച്ചു. തൊണ്ണൂറ്റിയെട്ടാമത്തെ വയസ്സിൽ പുലർച്ചെ നെഞ്ചുവേദന വന്നു. കൂടെ ഉറങ്ങുന്ന തൊണ്ണൂറ്റിയഞ്ചു വയസ്സുള്ള ഭാര്യയെ വിളിച്ചുണർത്തി നെഞ്ചു തിരുമ്മിച്ച് മെല്ലെ ഭാര്യയുടെ മടിയിൽ തല ചായ്ച്ച് ശാന്തനായി കിടന്നു കണ്ണടച്ചു.

റോസാ കബാർക്കാസിന്റെ വിളി വന്നു. തന്റെ തൊണ്ണൂറാം ജന്മദിനരാത്രി കൗമാരകന്യകയ്ക്കൊപ്പം അവളുടെ വന്യമായ സ്നേഹലഹരിയിൽ ഘോഷിക്കാൻ അയാൾ ആ വിളിക്കായി അക്ഷമയോടെ കാത്തിരിക്കുകയായിരുന്നു. 'കൗമാരക്കാരിയെത്തന്നെ കിട്ടി. അവൾക്കു

പതിന്നാലു തികഞ്ഞതേയുള്ളൂ. നിങ്ങൾ ഭാഗ്യവാനാണ്. പക്ഷേ, ധൃതി പിടിച്ച് ഓടിവരരുത്. രാത്രി പത്തുമണി കഴിഞ്ഞേ വരാവൂ. ആ പാവം കുട്ടിക്കു പകൽ മുഴുവൻ ഒരു ഫാക്ടറിയിൽ ബട്ടൻസ് തയ്ക്കലാണു പണി. സന്ധ്യയിൽ വീട്ടിൽ വന്നാൽ രോഗിയായ അമ്മയുടെ കാര്യങ്ങളെല്ലാം നോക്കണം. ഇളയ സഹോദരങ്ങൾക്കു ഭക്ഷണമൊക്കെക്കൊടുത്ത് ഉറക്കിക്കിടത്തണം. എന്നിട്ടേ വരൂ.

പത്തുമണി കഴിഞ്ഞ് അയാൾ ചെന്നു. തന്റെ പഴയ കിടപ്പറക്കൂട്ടുകാരി അയാൾക്കുവേണ്ടി ഒരു മുറി പ്രത്യേകമായി തയാറാക്കിയിരുന്നു. അന്നവർ ആ മുറിയിൽ പ്രവേശിച്ചപ്പോൾ പെൺകുട്ടി നഗ്നയായി ഒരുവശം ചെരിഞ്ഞു കിടക്കുന്നു. നല്ല ഉറക്കം. എന്തോ അവളെ വിളിച്ചുണർത്താൻ മനസ്സു വന്നില്ല. അവളെ ഉണർത്താതെ അയാൾ അവളോടു ചേർന്നു കിടന്നു. അവളുടെ കൗമാരഗന്ധത്തിന്റെ വശ്യത. അവളുടെ ഇളം മേനിയുടെ മൃദുലത. അയാൾ മെല്ലെ ഉറങ്ങിപ്പോയി. അവൾ ഉണരും മുൻപേ അയാൾ ഉണർന്നു. അവൾക്കുള്ള പണം മേശപ്പുറത്തു വച്ച് അയാൾ മുറിവിട്ട് ഇറങ്ങിപ്പോയി.

ഇടയ്ക്ക് അയാൾ റോസയെ വിളിക്കും. റോസ അവളെ വിളിച്ചു വരുത്തും. രാത്രി പത്തുമണിക്കുശേഷം അയാൾ ചെല്ലും. അവൾ അപ്പോൾ ഉറക്കത്തിലാവും. ആ സ്ലീപ്പിങ് ബ്യൂട്ടിയുടെ അഴകുകണ്ട് അയാൾ എല്ലാം മറന്നിരിക്കും. പിന്നെ അവളെ ഉണർത്താതെ അവളുടെ കൂടെ ശയിക്കും. വെളുപ്പിന് അവൾ ഉണരും മുൻപേ അയാൾ പോരും.

ആ വേശ്യാലയത്തിൽ നടന്ന ഒരു കൊലപാതകത്തോടു ബന്ധപ്പെട്ട് മൂന്നുനാലുമാസത്തേക്ക് അത് അടഞ്ഞുകിടന്നു. ആ കേസ് തേച്ചുമായ്ച്ചു കളയാൻ റോസാ, ആ പെൺകുട്ടിയെ ഉന്നത ഉദ്യോഗസ്ഥർക്കു കാഴ്ചവെച്ചു. അതറിഞ്ഞ് അയാൾ ആകെ വിഷമത്തിലും ദേഷ്യത്തിലുമായി. ക്രമേണ അയാൾ തിരിച്ചറിഞ്ഞു. ഒരിക്കലും അവളെ ഉപേക്ഷിക്കാനാവില്ലെന്ന്.

ഓർക്കാപ്പുറത്ത് ഒരുദിവസം റോസയുടെ വിളി വന്നു. സ്ഥാപനം തുറന്നിരിക്കുന്നു. പെൺകുട്ടി ഇന്നു രാത്രി നിങ്ങൾക്കുവേണ്ടി നിങ്ങളുടെ മുറിയിലുണ്ടാകും. അയാൾ രാത്രി പത്തിനുശേഷം ചെന്നു. അവൾ ഉറങ്ങുന്നു. അയാൾ നോക്കിയിരുന്നു. 'love of my life at the age of ninety. I am mad with love' ഇതുവരെയുള്ള സ്നേഹമെല്ലാം സ്നേഹശൂന്യമായ കാമമായിരുന്നു. സ്നേഹിക്കാനാവാത്ത ശരീരത്തിനു കിട്ടുന്ന ഒരു താൽക്കാലിക ആശ്വാസം.

അയാളുടെ തൊണ്ണൂറ്റിയൊന്നാം ജന്മദിനത്തിൽ റോസാ, അയാളോടൊരു രഹസ്യം വെളിപ്പെടുത്തി. പെൺകുട്ടി നിങ്ങളെ അടിമുടി സ്നേഹിക്കുന്നു.

ഇനി അയാൾക്കുള്ളതെല്ലാം പെൺകുട്ടിക്ക്. റോസയ്ക്കുള്ളതും അവൾക്കുതന്നെ. അനന്തരാവകാശികളാരുമില്ലാത്തവർക്ക് ഇതാ എല്ലാറ്റിനും ഒരവകാശി. “There is no greater misfortune than dying alone” ഇനി അവൾ തനിച്ചല്ല. സ്നേഹിക്കാൻ അവർക്കൊരു പെൺകുട്ടിയുണ്ട്.

തൊണ്ണൂറ്റിയൊന്നാം ജന്മദിനരാത്രിയിൽ പെൺകുട്ടിയോടൊപ്പം ചേർന്നു കിടക്കുമ്പോൾ ഏതോ വിദൂര മണിനാദം അയാൾ കേട്ടു. ഡൽഗാഡിന എന്ന് ഓമനപ്പേരിട്ട് അയാൾ വിളിച്ച ആ കുട്ടിയുടെ ആത്മാവിൽനിന്ന് ഊർന്നു വന്ന സുഗന്ധം അയാൾ അറിഞ്ഞു. അവളുടെ ഇളം വിരലുകൾക്കിടയിൽ തന്റെ ശുഷ്കിച്ച വിരലുകൾ കൂട്ടിപ്പിണച്ച് ഏതോ സഞ്ചാരവീഥിയിൽ അവൾ നഷ്ടപ്പെടാതിരിക്കാനെന്നവണ്ണം അയാൾ കാവൽ കിടന്നു. ഉറങ്ങുന്ന അവളെ ഉണർത്താതെ പ്രഭാതത്തിൽ അയാൾ തെരുവിലേക്കിറങ്ങി നടന്നു. വിദൂര ചക്രവാളസീമയിൽ തന്റെതന്നെ ആദ്യ നൂറ്റാണ്ട് അയാൾ ആദ്യമായി തിരിച്ചറിഞ്ഞു. ‘It was, at last, real life, with my heart safe and condemned do die of happy love in the joyful agony of any day after my hundredth birthday’

തൊണ്ണൂറ്റിയൊന്നുകാരന്റെ മരണം ഇനി സ്നേഹത്തിന്റെ പ്രാണവേദനയിൽ നൂറു ജന്മദിനത്തിനുശേഷം മാത്രം.

ദൈവമേ, എനിക്കിനി മുപ്പത്തിമൂന്നു വർഷം കൂടിവേണം നൂറായുസ്സു കടക്കാൻ. മുപ്പത്തിമൂന്ന്, യേശുവിന്റെ ആയുസ്സ്. ജീവരതിയുടെ ഏതു പ്രണയ വേദനയിലൂടെയാവണം ഇനി എന്റെ നൂറിലേക്കുള്ള തീർഥയാത്ര. കാമരഹിതയായ കൗമാരകന്യക ഒരു സ്വപ്നമാണോ? അപ്പം കൊണ്ടു മാത്രമല്ല. സ്വപ്നം കണ്ടുകൊണ്ടല്ലേ മനുഷ്യൻ ആയുസ്സു നീട്ടുന്നത്.

●

പാദ ചുംബനങ്ങളിലെ സുഗന്ധം

ചുംബനം, ആന്തരിക വികാരത്തിന്റെ ബാഹ്യപ്രകടനമാണ്. സ്നേഹം, പ്രണയം, കാമം, വാത്സല്യം, കാരുണ്യം എന്നിങ്ങനെ വിവിധഭാവങ്ങളുടെ ഉൾത്തലങ്ങളിൽ നിന്നാണത് വികാരഭരിതമാകുന്നത്. ഒരർത്ഥത്തിൽ ഏറിയും കുറഞ്ഞും അതെല്ലാ ജീവജാലങ്ങളിലും കുടികൊള്ളുന്ന ജീവവാസനയാണ്. വസന്തം വൃക്ഷങ്ങളോടും ചെടികളോടും പുൽക്കൊടികളോടും തൊട്ടുതലോടി ചെയ്യുന്നതെന്തോ അതുതന്നെയാണത്.

പല നേരങ്ങളിൽ പലയിടങ്ങളിൽ പല സ്ഥാനങ്ങളിൽ അർപ്പിക്കപ്പെടുന്ന സ്നേഹമുദ്രകളിൽ പാദചുംബനമാണെന്നു തോന്നുന്നു ഏറ്റവും വിശുദ്ധമായത്. അതിലൊരു വിനയവും എളിമയും താഴ്മയും ചെറുതാകലുമുണ്ട്. ആത്മസമർപ്പണത്തിന്റെ, സ്വയം ശൂന്യവത്കരണത്തിന്റെ ആചാരവിശാലത അതിലുണ്ട്. അതൊരു അനാദികാല സ്മരണയുടെ കണ്ണീർ നനവാണ്.

നിക്കോസിന്റെ ചുംബനം

നിക്കോസ് കസാൻദ്സാക്കീസിന്റെ റിപ്പോർട്ട് ടു ഗ്രീക്കോ എന്ന ആത്മകഥയിൽ ഒരു ബാല്യകാലസ്മരണയുണ്ട്. 1890-ന്റെ തുടക്കം. തുർക്കി ഓട്ടോമൻ ഭരണത്തിന്റെ ക്രൂരത ഗ്രീസിൽ നടമാടുന്ന കാലം. നിക്കോസിന് അന്ന് എട്ടുവയസ്സേയുള്ളൂ. ഒരു ദിവസം പുലർവെട്ടം വീഴും മുമ്പേ നിക്കോസിനെ അച്ഛൻ വിളിച്ചുണർത്തി കൈപിടിച്ചുകൊണ്ടുപോയി. തെരുവു ശൂന്യമായിരുന്നു. വഴിയരികിലെ ചില ക്രിസ്ത്യൻ വീടുകൾ തകർത്തിട്ടിരിക്കുന്നു. കത്തിയമർന്ന വീടുകളിൽ നിന്ന്

അപ്പോഴും പുക ഉയരുന്നുണ്ട് തെരുവുകളിൽ ചിലയിടങ്ങളിൽ രക്തം കട്ടപിടിച്ചു കിടപ്പുണ്ട്. അവർ നടന്ന് ഒരു ചത്വരത്തിനരികിലെ ഒരു വൃക്ഷത്തിന്റെ ചുവട്ടിലെത്തി. "നോക്കു'' അച്ഛൻ കൈചൂണ്ടിയിടത്തേയ്ക്കു നിക്കോസ് നോക്കി. തൂങ്ങിക്കിടക്കുന്ന മൂന്നു മൃതദേഹങ്ങൾ കാറ്റിൽ മെല്ലെ ആടുന്നു. അവരുടെ വായിൽനിന്ന് കടുത്ത പച്ചനിറമുള്ള നാവുകൾ പുറത്തേക്കു നീണ്ടിരിക്കുന്നു. കുട്ടി പേടിച്ചു വിറച്ചു അച്ഛനെ കെട്ടിപ്പിടിച്ചു. പക്ഷേ അച്ഛൻ മകനെ ബലം പ്രയോഗിച്ചു തന്നിൽ നിന്നു മാറ്റി അവന്റെ മുഖം പിടിച്ചുയർത്തി കൽപ്പിച്ചു; നോക്കെടാ അവരെ. നീ ജീവിച്ചിരിക്കുന്ന കാലത്തോളം ഈ തൂക്കിലേറ്റപ്പെട്ട മനുഷ്യർ നിന്റെ കാഴ്ചയിൽ നിന്നു മറയില്ല.

ആരാണവരെ കൊന്നത്? എന്തിനാണ്? ഇടറിയ ശബ്ദത്തോടെ കുട്ടി ചോദിച്ചു.

"നമ്മുടെ ക്രീറ്റിന്റെ സ്വാതന്ത്ര്യത്തിനുവേണ്ടി.'' കുട്ടിക്ക് ഒന്നും മനസ്സിലായില്ല.

"നിനക്കവരെ തൊടണോ?'' "വേണ്ട." പേടിച്ചരണ്ട കുട്ടി പിന്നെയും അച്ഛനെ ചേർത്തുപിടിച്ചു മുഖം മറച്ചു.

"വേണം. നീയവരെ തൊടണം." അച്ഛൻ മകനെ തന്നിൽനിന്നകറ്റി പിടിച്ചുവലിച്ചു മൃതദേഹങ്ങളുടെ അടുത്തു കൊണ്ടുപോയി. മൂന്നു മൃതദേഹങ്ങളുടെ പാദങ്ങളിലും തൊട്ടുവിച്ചു. വിറയ്ക്കുന്ന തന്റെ കൈവിരലറ്റങ്ങളിൽ കുട്ടി ആ പാദങ്ങളുടെ തണുപ്പും നനവും മരവിപ്പും അറിഞ്ഞു. രാത്രി മഞ്ഞ് അപ്പോഴും ആ പാദങ്ങളിലുണ്ടായിരുന്നു.

"നീയാ പാദങ്ങളിൽ ചുംബിക്കണം. അതവർക്കുള്ള വന്ദനം, ഉപചാരമാവട്ടെ. ഓടിപ്പോവാനൊരുങ്ങിയ മകനെ പിടിച്ചു നിർത്തി അച്ഛൻ അവനെ എടുത്തുയർത്തി അവന്റെ നെറ്റിയും മൂക്കും വായും ആ മൂന്നുപേരുടെ പാദങ്ങളിലും മാറിമാറി മുട്ടിച്ചു. നിലത്തു നിർത്തിയപ്പോൾ പേടിച്ചുവിറച്ചു മുട്ടുകൾ കൂട്ടിമുട്ടി കുട്ടി അച്ഛന്റെ പാദങ്ങളിലിരുന്നു. മകനെ എടുത്തുയർത്തി നെഞ്ചിൽ ചേർത്ത് അച്ഛൻ പറഞ്ഞു. That was to help you get used to it.

കസാൻദ്സാക്കിസ് 1957-ൽ തന്റെ 74-ാമത്തെ വയസ്സിൽ, മരണത്തിനു തൊട്ടുമുമ്പു ലൂക്കേമിയായുടെ സഹനനാളുകളിലാണ് 'റിപ്പോർട്ട് ടു ഗ്രീക്കോ' എഴുതിയത്. മരണത്തെ മുന്നിൽ കണ്ടുകൊണ്ടുള്ള ആ ഓർമ്മിച്ചെടുക്കലിൽ അദ്ദേഹം ഇങ്ങനെ കുറിച്ചിട്ടുണ്ട്. തന്റെ ശരീരത്തിലും ആത്മാവിലും സർഗ്ഗാത്മകത ഏല്പിച്ച കടുത്ത ആഘാതങ്ങളെ തരണം ചെയ്യാൻ, ബാല്യത്തിലെ ആ പാദചുംബനസ്മരണ അദൃശ്യമായൊരു കരുത്തായിരുന്നുവെന്ന്.

മാധവ ചുംബനം

സംസ്കൃത ഭക്തി സാഹിത്യത്തിൽ ജയദേവ കവിയുടെ ഗീതഗോവിന്ദം വളരെ പ്രശസ്തമാണ്. കേരളത്തിൽ അഷ്ടപദി എന്ന പേരിലാണ് ആ കാവ്യം അറിയപ്പെടുന്നത്. ഗീതഗോവിന്ദത്തിന്റെ അവസാനഭാഗത്ത് ഇരുപത്തിമൂന്നാം അഷ്ടപദിയിൽ പ്രണയപരവശനായ ശ്രീകൃഷ്ണൻ,രാധയുടെ പാദങ്ങളെ തലോടി ചുംബിക്കുന്ന രംഗമുണ്ട്.

കിസലയ ശയന തലേ, കുരു കാമിനി
ചരണ നളിനി വിനിവേശം...

(കാമിനീ, തളിർമെത്തമേൽ നിന്റെ പാദപത്മങ്ങൾ വയ്ക്കൂ) എന്ന ഗാനം ജയദേവൻ എഴുതി തുടങ്ങി. തുടർന്നെഴുതേണ്ടതു "നീ ദൂരെ നിന്നു നടന്നു വന്നവളല്ലേ, കൈകൾ കൊണ്ടു ഞാൻ നിന്റെ കാൽതടവാം അതിൽ ചുംബനപ്പൂക്കൾ വീഴ്ത്താം. എന്നെപ്പോലെ നിന്നെ വിടാതെ പിന്തുടരുന്ന കാൽനൂപുരത്തെ കിടക്കയിൽ ഒരു നിമിഷം വയ്ക്കൂ. പയോധരങ്ങളെ തടയുന്ന മാർക്കച്ച ഞാൻ അകറ്റാം. പ്രിയന്റെ പരിരംഭണത്തിനു വെമ്പിനിൽക്കുന്നതുപോലെ പുളകം മുളച്ച കുചകലശം എന്റെ മാറിൽ ചേർക്കൂ" എന്നിങ്ങനെയാണ്. പക്ഷേ ഇങ്ങനെ എഴുതാൻ കവിക്കു മടി. ഭഗവാനെക്കൊണ്ടു ഒരു സാധു സ്ത്രീയുടെ കാൽ തടവി ചുംബിപ്പിക്കുകയോ. ഇങ്ങനെ എഴുതിയാലത് ഈശ്വര നിന്ദയാവില്ലേ. വേണ്ട, എഴുതേണ്ട. ജയദേവ കവി എഴുന്നേറ്റു പോയി. കുറേകഴിഞ്ഞു കവി തിരിച്ചുവന്നപ്പോൾ കണ്ടു. താൻ എഴുതാൻ കരുതിയതെന്തോ അത് എഴുതിവച്ചിരിക്കുന്നു. കൃഷ്ണൻ തന്നെയാണത് എഴുതിയത്.

പാദങ്ങളെ തലോടുക, അതിൽ ചുംബിക്കുക. അതൊരു ചെറിയ കാര്യമല്ല. പ്രണയത്തിന്റെ അവാച്യ പൂർണ്ണിമയാണത്. ഒരിക്കൽ ദ്വാരകയിൽ, വിരഹത്തിന്റെ ജ്വരമൂർച്ഛയിൽ ഭഗവാൻ ഞെരിപൊരി കൊണ്ടിരിക്കുന്ന നേരം. നാരദൻ അതുകണ്ടു നേരെ വൃന്ദാവനത്തിലേയ്ക്കു പോയി രാധയുടെ പൊടിയും ചെളിയും പുരണ്ട പാദങ്ങൾ കഴുകിയെടുത്ത വെള്ളം ഇലക്കുമ്പിളിലാക്കി കൊണ്ടുവന്ന് ഭഗാവാന്റെ നെഞ്ചിൽ ചന്ദനലേപനം പോലെ തലോടി ആ വിരഹവ്യഥ ശമിപ്പിച്ചിട്ടുണ്ട്. ഭഗവാനാണെങ്കിലും മായുടെ ധവനാണെങ്കിലും ഒരു പാവം ഗോപികയുടെ പാദചുംബനം അതിൽത്തന്നെ ഹൃദയവിശുദ്ധിനിറഞ്ഞതാണ്.

റിസ്ക്കോൾ നിക്കോവിന്റെ ചുംബനം.

ഫയദോർ ദസ്തയേവ്സ്കിയുടെ മഹത്തായ നോവൽ 'കുറ്റവും ശിക്ഷയും' 1980 മുതൽ എന്നോടൊപ്പമുണ്ട്. ഇതിനോടകം മൂന്നുവട്ടം ഞാനതു വായിച്ചു. വായനക്കിടയിൽ മൂന്നു വട്ടവും എനിക്കു പനി പിടിച്ചു. യാദൃച്ഛികതയാവാം, എങ്കിലും അതൊരു വിചിത്രാനുഭവമാണ്. പാർട്ട്

നാലിൽ, നാലാം അദ്ധ്യായം അവിസ്മരണീയമായ സർഗ്ഗാത്മകതയുടെ ക്ലാസ്സിക് വിസ്മയമാണ്. റസ്കോൾനിക്കോവ് എന്ന യുവാവ് പണത്തിനുവേണ്ടി ഒരു വൃദ്ധയെ കൊല്ലുന്നു. പണവുമായി മരപ്പലകക്കോവണിയിറങ്ങി വരുമ്പോൾ മറ്റൊരു വൃദ്ധയെക്കൂടി കൊല്ലേണ്ടിവരുന്നു. മുഴുക്കുടിയനായ പിതാവിനെയും എപ്പോഴും കലഹിക്കുന്ന രണ്ടാനമ്മയെയും അവരുടെ വിശന്നുകരയുന്ന കുഞ്ഞുങ്ങളെയും പോറ്റാൻവേണ്ടി വേശ്യാവൃത്തിക്ക് ഇറങ്ങിത്തിരിച്ച സോണിയ എന്ന പെൺകുട്ടിയുടെ മുറിയിൽ റസ്കോൾനിക്കോവ് ചെല്ലുന്നു. ഇരട്ടക്കൊലപാതകിയും വേശ്യയും ഒന്നിച്ചിരുന്ന് ലാസറിനെ ഉയർപ്പിച്ച ബൈബിൾ ഭാഗം വായിക്കുന്നു. യേശുവിന്റെ സുവിശേഷം സാർത്ഥകമാവുന്ന രംഗം. ഇതിനു തൊട്ടുമുന്പ് മറ്റൊരു രംഗമുണ്ട്.

'അഞ്ചുമിനിറ്റു കടന്നുപോയി. അവൻ അപ്പോഴും മുറിയിലൂടെ നിശ്ശബ്ദനായി അവളെ നോക്കാതെ അങ്ങോട്ടും മിങ്ങോട്ടും നടക്കുകയാണ്. ഒടുവിൽ അവൻ അവളുടെ അടുത്തെത്തി. അവന്റെ കണ്ണുകൾ തിളങ്ങുന്നുണ്ടായിരുന്നു. പെട്ടെന്ന് അവൻ അവളുടെ രണ്ടു തോളുകളിൽ പിടിച്ച് കരയുന്ന അവളുടെ മുഖത്തേക്കു ഉറ്റുനോക്കി. അവന്റെ ചുണ്ടുകൾ ശക്തമായി വിറയ്ക്കുന്നുണ്ട്. പെട്ടെന്നവൻ നിലത്തേക്കു വീണു. അവളുടെ പാദങ്ങളിൽ ചുംബിക്കാൻ തുടങ്ങി. സോണിയ ഭയപ്പെട്ടു പിന്നോട്ടു മാറി.

"നിങ്ങളെന്താണീ കാണിക്കുന്നത്, എന്തു കൊണ്ടാണിങ്ങനെ ചെയ്യുന്നത്. അതും എന്നെപ്പോലെയുള്ള ഒരാളോട്?"

അവൾ മന്ത്രിക്കും പോലെ പറഞ്ഞു. പെട്ടെന്നവളുടെ ഹൃദയം ശക്തമായ വേദനകൊണ്ടു ഞെരിഞ്ഞു. റസ്കോൾനിക്കോവ് ചാടിയെഴുന്നേറ്റു.

"I did not bow down to you, bowed to the whole of suffering humanity." ഒരസാധാരണ ഭാവത്തിൽ ഇങ്ങനെ പറഞ്ഞ് അവൻ ജനലിന്നടുത്തേക്കു നടന്നു. പാപിനിയായ ഒരു പാവം പെൺകുട്ടിയുടെ പാദ ചുംബനത്തിലൂടെ മനുഷ്യകുലത്തിന്റെ പീഡാസഹനങ്ങളെ ചുംബിച്ച, മഹാപാപിയായ ഒരുവനെ വിശുദ്ധരുടെ ഗണത്തിലേക്കു വാഴിക്കുകയായിരുന്നു ദസ്തയേവ്സ്കി.

ക്ലാരയുടെ ചുംബനം

ഫ്രാൻസിസ് അസ്സീസി മരണാസന്നനായി ശയിക്കുന്നു. പ്രിയശിഷ്യനായ ബ്രദർ ലിയോ ഉൾപ്പെടെയുള്ള ശിക്ഷ്യന്മാർ ചുറ്റും പ്രാർത്ഥനകളുമായി കൂടി നിൽപ്പുണ്ട്. യേശുവിന്റെ അഞ്ചു തിരുമുറിവുകൾ എന്നതുപോലെ ഫ്രാൻസീസിന്റെ ദേഹത്തും അഞ്ചു തിരുമുറിവുകൾ കാണപ്പെട്ടു. അവയിൽനിന്നും രക്തം പൊടിയുന്നുണ്ട്. മരണവേദനയ്ക്കിടയിലും

മരണത്തെ ഒരു സഹോദരിയെയെന്നപോലെ സ്നേഹപൂർവ്വം കൈനീട്ടി സ്വീകരിക്കുകയാണ്. അപ്പോൾ അതാ സിസ്റ്റർ ക്ലാര, ദൈത്തിനു വേണ്ടി ഫ്രാൻസീസ് ഉപേക്ഷിച്ച പ്രണയഭാജനം ഓടിവന്നു കരഞ്ഞു നിലവിളിച്ചു, ഫ്രാൻസീസിന്റെ പാദങ്ങൾ കണ്ണീർകൊണ്ടു നനച്ചു ചുംബിച്ചുകൊണ്ടിരുന്നു.

"ക്ലാര, ഇത്ര കരയാൻ മാത്രം അത്ര ശ്രേഷ്ഠമാണോ ഈ ലോകജീവിതം?" ഫ്രാൻസീസ് വേദനയോടെ ചോദിച്ചു. പിന്നെ ബ്രദർ ലിയോയോട് ആവശ്യപ്പെട്ടു. അവളെ മുറിക്കു പുറത്താക്കാൻ, പിറവി നേരത്തെന്നതുപോലെ പൂർണ്ണനഗ്നനാവാൻ.

ക്ലാരയുടെ പാദചുംബനങ്ങളുടെ ആർദ്രത ആത്മാവിൽ ഏറ്റുവാങ്ങിയ നിർവൃതിയിലാവണം ഫ്രാൻസീസ് പുണ്യാളൻ കണ്ണടച്ചത്.

മഗ്ദലനയുടെ ചുംബനം.

സുവിശേഷം മുഴുവനെടുത്താലും ഒരുപക്ഷേ, യേശു പറഞ്ഞ ഏകപരിഭവം, ഫരിസേയരിൽ ഒരുവനായ ശിമയോനോട് ആവണം. "നീ ഈ സ്ത്രീയെക്കാണുന്നുണ്ടല്ലോ. ഞാൻ നിന്റെ വീട്ടിൽ പ്രവേശിച്ചു. എന്റെ കാലുകൾ കഴുകുവാൻ നീ വെള്ളം തന്നില്ല. എന്നാൽ ഇവൾ കണ്ണീരു കൊണ്ടു എന്റെ കാലുകൾ കഴുകുകയും തലമുടി കൊണ്ടു തുടയ്ക്കുകയും ചെയ്തു. നീ എനിക്കു ചുംബനം തന്നില്ല. എന്നാൽ ഞാൻ ഇവിടെ പ്രവേശിച്ചതു മുതൽ എന്റെ പാദങ്ങള ചുംബിക്കുന്നതിൽ നിന്നും ഇവൾ വിരമിച്ചിട്ടില്ല. നീ എന്റെ തലയിൽ തൈലം പൂശിയില്ല. ഇവളോ എന്റെ പാദങ്ങളിൽ സുഗന്ധതൈലം പൂശിയിരിക്കുന്നു."

പാപങ്ങൾ ക്ഷമിക്കപ്പെടുന്ന, വിശ്വാസത്തെ രക്ഷിക്കുന്ന, സമാധാനത്തിലേയ്ക്കു നയിക്കുന്ന, പാപിനിയെ വിശുദ്ധയാക്കുന്ന പാദചുംബനം ഇതാ ഇവിടെ സംഭവിച്ചിരിക്കുന്നു.

ബഥനിയായിലെ ചുംബനം

ലാസർ താമസിച്ചിരുന്ന ബഥനിയായിലേക്കു യേശു വന്നു. മർത്താ പരിചരിച്ചു. മറിയം വിലയേറിയതും ശുദ്ധവുമായ ഒരു കുപ്പി നാർദ്ദിൻ സുഗന്ധതൈലമെടുത്തു യേശുവിന്റെ പാദങ്ങളിൽ പൂശുകയും തന്റെ തലമുടി കൊണ്ടു അവന്റെ പാദങ്ങൾ തുടയ്ക്കുകയും ചെയ്തു. തൈലത്തിന്റെ പരിമളം കൊണ്ടു വീടുനിറഞ്ഞു.

പാദശുശ്രൂഷ വീടുനിറയുന്ന, ഹൃദയം നിറയുന്ന പരിമളമാണ്. അത് ആതിഥേയത്വത്തിന്റെ അത്യുദാര സമർപ്പണമാണ്.

യേശുവിന്റെ ചുംബനം

യേശു അത്താഴത്തിനിടയിൽ എഴുന്നേറ്റ്, മേലങ്കി മാറ്റിവച്ച്, തുവാലയെടുത്ത് അരയിൽ ചുറ്റി. അനന്തരം അവൻ ഒരു താലത്തിൽ വെള്ളമെടുത്തു ശിഷ്യന്മാരുടെ പാദങ്ങൾ കഴുകുവാനും തന്റെ അരയിൽ ചുറ്റിയിരുന്ന തുവാലകൊണ്ടു തുടയ്ക്കുവാനും തുടങ്ങി.

"ഞാനെന്താണു നിങ്ങളോടു ചെയ്തതെന്നു നിങ്ങൾ എന്നെ ഗുരുവെന്നും കർത്താവെന്നും വിളിക്കുന്നു. അതു ശരിതന്നെ. നിങ്ങളുടെ ഗുരുവും കർത്താവുമായ ഞാൻ നിങ്ങളുടെ പാദങ്ങൾ കഴുകിയെങ്കിൽ നിങ്ങളും പരസ്പരം പാദങ്ങൾ കഴുകേണ്ടിയിരിക്കുന്നു. ഞാൻ നിങ്ങൾക്കൊരു മാതൃക നൽകിയിരിക്കുന്നു."

ശിഷ്യന്മാർ ഗുരുവിന്റെ പാദപൂജ നടത്താറുണ്ട്. പക്ഷേ ഗുരു തന്റെ ശിക്ഷ്യന്മാർക്കു പാദശുശ്രൂഷ ചെയ്യുന്നതു അസാധാരണമാണ്. അതാണ് യേശു എന്ന മഹാഗുരു ചെയ്തുകാണിച്ചത്. അതു വരും കാലങ്ങൾക്കുള്ള മാതൃകയായി. കുളി കഴിഞ്ഞവന്റെ കാലു കഴുകിയാൽ പൂർണ്ണശുദ്ധിയായി. പിന്നെ അതിന്മേൽ ചുംബിക്കുന്നതു തന്നെ ആത്മശുദ്ധീകരണത്തിനു കാരണമാണ്. അതു യേശുവിനല്ല, യേശുവിന്റെ പ്രതിപുരുഷന്മാർക്കാണ് ന്യായവും യുക്തവുമാകുന്നത്. നീ എത്രമാത്രം ഉന്നതനാണോ അത്രമാത്രം വിനീതനാവുക എന്നു വചനം മാംസമാകുന്നതിനു ഇതിൽപ്പരം എന്തു മാതൃകയാണുള്ളത്.

പക്ഷേ, യേശുവിന്റെ ഈ മഹനീയ മാതൃക അനുകരിക്കാൻ കടമപ്പെട്ട ഒരു ശിഷ്യൻ, കെദ്രോൺ താഴ്വരയ്ക്കപ്പുറത്തൊരു തോട്ടത്തിൽ കാത്തുനിൽപുണ്ടായിരുന്നു. ഗുരോസ്വസ്തി എന്നു പറഞ്ഞ് തന്റെ ഗുരുവിനെ ചുംബിക്കാൻ. അതൊരു ഒറ്റുകാരന്റെ അടയാള ചുംബനമായിരുന്നു. ആലിംഗന ചുംബനങ്ങളിൽ പലപ്പോഴും ഒറ്റിക്കൊടുക്കലിന്റെ ഒരു കള്ളമനസ്സ് ഒളിപ്പിച്ചു വച്ചിട്ടുണ്ടാവാം. തലമുറകൾ പിന്നിട്ടു വന്ന് അതിന്നുമുണ്ട്. എന്നാൽ പാദചുംബനം അതിൽത്തന്നെ നിരുപമയും നിരുപാധികവുമാണ്.

ചുംബനങ്ങളുടെ തിരുശേഷിപ്പ്

നിക്കോസിന്റെ പാദചുംബനം, അന്ന് ആ ബാലമനസ്സിനു നൽകിയ വെളിപ്പാടിൽ നിന്നാണ് പിൽക്കാലത്തു 'അന്ത്യപ്രലോഭനത്തിലെ ക്രിസ്തു'വിലേക്കും 'ദൈവത്തിന്റെ ദരിദ്രനി'ലെ ഫ്രാൻസീസിലേക്കും എഴുത്തുകാരന്റെ അവാച്യമധുരമായ ആത്മീയത അതിന്റെ പൂർണ്ണത തേടിച്ചെല്ലുന്നത്.

പതിനാറായിരത്തിയെട്ടു പ്രണയങ്ങൾക്കുമപ്പുറത്തൊരു പ്രണയമാണു രാധയിൽ നിന്നു മാധവനു ലഭിച്ചത്. അതിനുള്ള

ആത്മസമർപ്പണമാണ് ഭഗവാൻ ഒരു പാവം ഗോപികയ്ക്ക് നൽകുന്ന ആ പാദചുംബനം.

റസ്കോൾനിക്കോവിന്റെ ചുംബനസ്മരണയുടെ തീവ്രബലത്തിലാണ് സോണിയ കാത്തിരുന്നത്. ഏഴുവർഷങ്ങൾ ഏഴു ദിവസങ്ങൾ പോലെ. സൈബീരിയായിലേക്കു നാടുകടത്തിയ ആ ഘാതകന്റെ തിരിച്ചുവരവിനായി.

ക്ലാരയുടെ ചുംബനം. യൗവനഭരിതമായ ലൗകിക പ്രേമാനുഭൂതിയുടെ ദൈവികമായ പരിസമാപ്തിയായിരുന്നു.

മഗ്ദലനയുടെ ചുംബനം ഒരു പാപപരിഹാരബലിയായിരുന്നു. കണ്ണീരിൽ കഴുകി ശുദ്ധമാക്കിയ തന്റെ ആത്മാവിനെ ഗുരുവിന് വിട്ടുകൊടുത്തുകൊണ്ടുള്ള ആത്മീയ വീണ്ടെടുപ്പായിരുന്നു അത്. ബഥാനിയായിലെ മറിയത്തിന്റെ ചുംബനം. മരണത്തിൽ നിന്നു ജീവനിലേയ്ക്കു തന്റെ സഹോദരനെ കൈപിടിച്ചുയർത്തിയ തന്റെ ഗുരുവിനു നൽകിയ ഹൃദയ സമർപ്പണമായിരുന്നു.

കാൽവരിയിലെ ദിവ്യബലിക്കു മുമ്പ് യേശു സകല ദുഃഖദുരിത ജീവിതങ്ങൾക്കും സമർപ്പിച്ച സ്നേഹബലിയായിരുന്നു. ഒടുക്കത്തെ അത്താഴവേളകളിലെ ആ കാൽകഴുകൽ ശുശ്രൂഷ. അതിൽപ്പരം എന്തു മാതൃക, ഭൂമിയിലെ മനുഷ്യന്, ഭൂമിയിലെ ദൈവരാജ്യസംസ്ഥാപനത്തിന്.

എല്ലാ ചുംബനങ്ങൾക്കും മേലെയാണ് പാദ ചുംബനം. അതൊരു വിനയവിധേയ ശുശ്രൂഷയാണ്. അത്രത്തോളം ചെറുതാകാൻ നാം എത്രയോ വലുതാകണം. അതിലൊരു സ്നേഹശുദ്ധിയും മനോശുദ്ധിയും കണ്ണീർനനവും പ്രാണനിലാകെ നിറയുന്ന തൈല പരിമളവുമുണ്ട്.

●

താരജാലം പഠിപ്പിച്ചത്

'വീണപൂവ്' എത്രാമത്തെ തവണയാണ് ഈയിടെ വായിച്ചത് എന്നതിനു എനിക്കൊരു നിശ്ചയവുമില്ല.

സ്കൂളിൽ പല ക്ലാസുകളിൽ ഈ കാവ്യത്തിലെ പലപല ശ്ലോകങ്ങൾ മാറിമാറി ഞാൻ പഠിച്ചിട്ടുണ്ട്. കോളജ് ക്ലാസിൽ ഈ ഭാവകാവ്യം മുഴുവനായും പഠിച്ചു. കോളജിൽ അധ്യാപകനായിരുന്ന മുപ്പത്തിരണ്ടു വർഷത്തിനിടയിൽ പലവട്ടം ഈ ഖണ്ഡകാവ്യം പഠിപ്പിക്കാനും ഭാഗ്യമുണ്ടായി.

നാല്പത്തിയൊന്നു ശ്ലോകങ്ങൾ മാത്രമുള്ള ഈ ചെറിയ കവിത വലിയൊരു കവിയിലേയ്ക്കുള്ള കുമാരനാശാന്റെ പുതുജന്മമായിരുന്നു. 1907-ൽ മലയാളമണ്ണിൽ വീണ 'വീണപൂവ്' നൂറുവർഷം കഴിഞ്ഞിട്ടും ഇന്നും കരിഞ്ഞുമലിഞ്ഞു മാശുമണ്ണായി വിസ്മൃതമായിട്ടില്ല.

രാത്രിയുടെ ഏകാന്തയാമങ്ങളിൽ ഉറക്കംവരാതെ മനസ്സു ഒറ്റപ്പെട്ടുമ്പോൾ വീട്ടിൽ നിന്നിറങ്ങിമുറ്റത്തുനിന്ന്, 'എന്തോ പഴകിയ ഓർമ്മകൾ മാതിരി നിന്നു വിറയ്ക്കുന്ന ഏകാന്തതാരകളെ' നോക്കുമ്പോൾ വീണപൂവിലെ നാലാം ശ്ലോകത്തിലെ അന്ത്യപദങ്ങൾ ഓർമ്മയിൽ ബാല്യകൗമാരങ്ങളെ മടക്കിക്കൊണ്ടുവരും. ആ ശ്ലോക ഭാഗം ഇതാണ്.

ഈ ലോകതത്ത്വവുമയേ, തെളി
വാർന്ന താര-
ജാലത്തൊടുന്മുഖതയാർന്നു പഠിച്ച രാവിൽ

പാലൊത്തെഴും പുതുനിലാവിൽ കുളിച്ചും പുലരിയിലെ ഇളം ചൂടിൽ

വിളയാടിയും ആടലുകളൊന്നുമില്ലാതെ

ഇളയ മൊട്ടുകളോടു ചേർന്നു ലീലകളിൽ ഏർപ്പെട്ടും ബാലകാലമങ്ങനെ ചെലവിട്ട നാളുകളിൽ താരജാലത്തിൽ നിന്നു ഈ ലോകതത്ത്വം പൂവ് പഠിച്ചു.

ഈ പൂവ്, പഠിച്ച ലോകതത്ത്വം തന്നെയാണ് എന്റെ ബാല്യകൗമാരങ്ങളിൽ ഞാനും പഠിച്ചത്. പൂവിനെ ലോകതത്ത്വം പഠിപ്പിച്ച തെളിവാർന്ന താരജാലം തന്നെയാണ് എന്നെയും പഠിപ്പിച്ചത്.

അനന്തവും അജ്ഞാതവും അവർണ്ണനീയവുമായ ഈ ലോകതത്ത്വം പഠിപ്പിക്കാൻ മറ്റു മഹാഗുരുക്കന്മാരില്ല, തെളിവാർന്ന ഈ താരജാലമല്ലാതെ. വീടിന് പുറത്തിറങ്ങിയ സിദ്ധാർത്ഥൻ പഠിച്ചത്, ബോധിവൃക്ഷത്തിൽ നിന്നല്ല, അതിനും ഉപരി പ്രപഞ്ചമാകെ മൂടിനിന്ന നക്ഷത്രാകീർണ്ണമായ മഹാകാശത്തിൽ നിന്നാണ്. നാല്പത് രാവും പകലും അനന്തവിസ്തൃതമായ മരുഭൂമിയിൽ ഏകാന്തധ്യാന ഉപവാസത്തിലിരുന്നപ്പോഴാണ് യേശു ഈ ലോകതത്ത്വവും ജീവിതരഹസ്യവും പഠിച്ചത്. കോപ്പർനിക്കസ്സിനെ, ഗലീലിയോയെ, ബ്രൂണോയെ, ന്യൂട്ടനെ, ഐൻസ്റ്റിനെ, കാൾസാഗനെ, വർത്തമാനത്തിലെ മഹാശാസ്ത്രജ്ഞനായ സ്റ്റീഫൻ ഹോക്കിങ്ങിനെ ഈ പ്രപഞ്ചരഹസ്യങ്ങളുടെ ഉള്ളറകളിലെ ജ്ഞാനവിസ്ഫോടനങ്ങളിലേക്ക് കൊണ്ടെത്തിച്ചത് ഈ അപാരസുന്ദര നക്ഷത്രാകാശമാണ്.

ഞാനെന്നാണ് ഈ താരജാലത്തെ ആദ്യമായി ഇമചിമ്മിച്ചിമ്മി നോക്കി നിന്നു പോയത്. ഭൂതകാലത്തിൽ നിന്ന് ഇന്നു ഓർമ്മയിൽ മിന്നിത്തെളിയുന്ന ആദ്യ നക്ഷത്രാകാശം ഒരു പുലർകാല വിസ്മയദൃശ്യമാണ്. മാതാപിതാക്കൾക്കൊപ്പം ചൂട്ടുകറ്റ വീശി മൺപാതയിലൂടെ നടക്കുകയാണ് ഇടവകപള്ളിയിലേക്ക്, വെളുപ്പിന് കൊന്തപത്തിന്. ശൈശവക്കണ്ണാൽ അന്നുകണ്ട താരജാലം ഇന്നും എന്റെ ഹൃദയാകാശത്തിൽ അതേപോലെ തെളിയുന്നുണ്ട്.

ഒരർത്ഥത്തിൽ എന്റെ ബാല്യവും കൗമാരവും വീടിന് പുറത്തായിരുന്നു. വിസ്തൃതമായ പുഞ്ചപ്പാടങ്ങളുടെ സ്വാതന്ത്ര്യത്തിൽ, അതിനേക്കാൾ വിശാലമായ ആകാശത്തിനു ചുവട്ടിൽ. പഠനത്തിന്റെ സമ്മർദ്ദങ്ങളോ നിർബന്ധങ്ങളോ ഒന്നുമില്ലാതെ കളിചിരിയുല്ലാസങ്ങളുമായി ഓടിനടന്ന കുട്ടിക്കാലം. അക്കാലം രാത്രിയിൽ ഉറങ്ങാൻ കിടന്നതുപോലും വീടിന് പുറത്തായിരുന്നു. 1850-ൽ പണിത ആ വിടിന് ഞാൻ പിറക്കുമ്പോൾ, നൂറു വയസ്സിലെത്താൻ മൂന്നു വർഷംകൂടി മതിയായിരുന്നു. പല പല നിലവറകളും മച്ചും ചെരുമച്ചും തട്ടിൻപുറവുമെല്ലാമുള്ള ആ പഴയ വീടിന്റെ കൊച്ചുകൊച്ചു മുറികളിൽ വായുവും വെളിച്ചവുമില്ലായിരുന്നു. വീടിനോട് ചേർന്നു, ഞാൻ പിറന്ന കാലത്തു ഒരു ചാവടിപണിതു. അതിൽനിന്നു

കൂട്ടിയെടുത്ത ഒരു ചായ്പ്പ്. ഭിത്തികളില്ലാതെ മൂന്നു വശവും പുറംലോക ത്തേക്ക് വിശാലമായി തുറന്നുകിടന്ന ആ ചായ്പ്പിലായിരുന്നു എന്റെ പഠനവും രാത്രിയുറക്കവും.

ആശാന്റെ പൂവിന്റെ ശൈശവബാല്യങ്ങൾ 'ആടലെന്യേ' യായിരുന്നു. ഇന്നു തിരിഞ്ഞുനോക്കുമ്പോൾ എന്റെ ബാല്യവും പൂവിന് സമാനമാണെന്നു തോന്നുന്നു. ഇളയമകനായി പിറന്നതു കൊണ്ട് നാലഞ്ചു വയസ്സുവരെ ഞാൻ മുലകുടിച്ചു. അമ്മിഞ്ഞ നിറഞ്ഞ നെഞ്ചക ത്തിന്റെ 'പല്ലവപുടങ്ങളിൽ വച്ചു' അമ്മ 'ലാളിച്ചു പാലിച്ചു'. ജനലുകളും വാതിലുകളും ഭിത്തികളുമില്ലാത്ത ചായ്പ്പിൽ, പുറംലോകം നേരിട്ടനുഭ വിച്ചു കഴിഞ്ഞതിനാൽ 'ആലോലവായു' ചെടികളിലും തരുശാഖക ളിലും തെങ്ങോലകളിലും വാഴയിലകളിലും 'ചെറുതൊട്ടിലാട്ടുന്നതു' കാണാനുള്ള ഭാഗ്യം കിട്ടി. 'ദലമർമ്മരങ്ങൾ താരാട്ടാലാപമാർന്നതു' കേട്ടു കിടന്നു. ചില ദിവസങ്ങളിൽ ചില നേരങ്ങളിൽ 'പാലൊത്തെഴും പുതുനിലാവ്' എന്റെ കട്ടിലിനെയും എന്നെയും കുളിപ്പിക്കും. തണുപ്പുള്ള പുലർകാലത്തു മൂടിപ്പുതച്ചു കിടക്കുമ്പോൾ 'ബാലാതപ' രശ്മികൾ വന്നു തഴുകി ചൂടു പകരുമായിരുന്നു. പാടശേഖരങ്ങളുടെ കരയിലുള്ള വീട്ടുപറ മ്പിൽ പൊക്കമുള്ള തെങ്ങിൻ തലപ്പുകളിൽ കാലങ്ങളായി കാക്കകളും കൊക്കുകളും പലതരം കിളികളും ചേക്കേറിയിരുന്നതു കൊണ്ട് വെളുപ്പാൻ കാലത്തു അവ ഉണർന്നു കളകളാരവം പൊഴിക്കുമായിരുന്നു. അങ്ങനെയാണ് ഞാനും 'ശീലിച്ചു ഗാനമിടചേർന്നു ശിരസ്സുമാട്ടിക്കാല ത്തെഴും കിളികളോടഥ മൗനമായി.'ബാലത്വമങ്ങനെ' ഞാനും 'കഴിച്ചിതു നാളിൽ നാളിൽ ലീല പൂണ്ടിളയ മൊട്ടുകളോടു ചേർന്നു ആടലെന്യേ വിളയാടി'ക്കൊണ്ട്. ഈ ബാലത്വമങ്ങനെ പിന്നിട്ട നാളിലാണ് ഈ ലോകതത്ത്വം ഞാനും പഠിച്ചത്. തെളിവാർന്ന താരജാലത്തിൽനിന്ന്.

ഈ തെളിവാർന്ന താരജാലം എന്റെ ബാല്യകൗമാര വിഹായ സ്സിൽ അണ്ഡകടാഹസ്മൃതി വിസ്മയമായി എക്കാലവും ഉണ്ടായിരുന്നു. ഫെബ്രുവരി മാർച്ച് മാസങ്ങളിലെ വേനൽക്കാല രാത്രികളിൽ, പുഞ്ച പ്പാടത്തിന്റെ ഏകാന്തവിജനതയിലെ നെൽക്കളത്തിൽ കാവൽമാട ത്തിൽ പലപ്പോഴും ഞാൻ ഒറ്റയ്ക്കു കിടന്നിട്ടുണ്ട്. അപ്പോൾ കൂട്ടായി ഈ താരജാലം എന്നെ ചൂഴ്ന്നു നിന്നിരുന്നു. എന്തൊരു ഗംഭീരോദാരദൃശ്യ മാണത്. നക്ഷത്രങ്ങൾ ഇറങ്ങിവന്നെന്നെ വിശ്വത്തിന്റെ ഉള്ളിലേക്ക് ക്ഷണിച്ചു. 'പ്രപഞ്ചസർഗ്ഗസന്ദർഭ പ്രതിഭാ പ്രസരങ്ങളെ' കാണിച്ചു കേൾപ്പിച്ചു മണപ്പിച്ചു തൊട്ടുവിച്ചു എന്നെ ഉന്മാദം കൊള്ളിച്ചു.

യൗവനം വന്നു. ബാല്യകൗമാര കൗതുകങ്ങളുടെ 'ദൂരദർശിനി' തട്ടിത്തെറിപ്പിച്ചു. ജീവിതം വേഷം മാറി. ഭൂമിക്കും ഭാവഭേദം വന്നു. നാലുവശവും ഭിത്തികളുള്ള അടഞ്ഞ മുറികിട്ടി. ഞാൻ അകത്തായി.

താരജാലം പുറത്തായി.

എങ്കിലും അന്നു താരജാലത്തൊടുനുഖയാർന്ന പൂവ് പഠിച്ചതെന്തോ അതിൽ കുറച്ചു ഞാനും പഠിച്ചു. അധികതുംഗപദത്തിലെത്ര ശോഭിച്ചാലും നിലം പറ്റുമെന്ന്, ശ്രീഭൂവിലസ്ഥിരമാണെന്ന്. താരുണ്യം നേരെ വിടർന്നു വിലസുമ്പോൾ വൈരാഗ്യമേറിയ വൈദികനോ വൈരിക്കു മുമ്പുഴറിയോടുന്ന ഭീരുവോ ആരാകിലെന്തു മിഴിയുള്ളവർ ഒന്നു നോക്കിപ്പോകുമെന്ന്. ചേതോഹരമായ സൗന്ദര്യം കൊതിച്ചു മണം പിടിച്ചു അനുഭവാർത്ഥികൾ അനുരാഗമോതി വരുമെന്ന്, കുസുമാന്താര ലോലരായ ഭൃംഗരാജന്മാർ പതിക്കുമെന്ന്. ഹനനം തൊഴിലായിട്ടുള്ള വനവേടനു കഴുകനും കപോതവും ഒരുപോലെയാണെന്ന്. പൂവും ഞാനും സഹോദരരെന്ന്. നമ്മെയെല്ലാം രചിച്ചതു ഒരു കൈ തന്നെയെന്ന്. അതുകൊണ്ട് ഒരു പൂവിന്റെ വേർപാടിലും സ്നേഹാർദ്രയായ ഉഷസ്സുവന്നു നീഹാരശീകര മനോഹര അന്ത്യഹാരം അണിയിക്കുമെന്ന്. താരങ്ങൾ കണ്ണീരായി ഹിമകണങ്ങൾ പൊഴിക്കുമെന്ന്. ചാരത്തുവീണു കിളികൾ പുലമ്പുമെന്ന്. പവനൻ നെടുവീർപ്പിടുമെന്ന്. ഖേദിക്ക കൊണ്ട് ഫലമില്ലെന്ന്. മോദത്തിനും വിപത്തു വരാമെന്ന്. ചൈതന്യവും ജഡവും ജഗത്തിന്റെ ഭാഗമാണെന്ന്. കടലിൽ അസ്തമിക്കുന്ന സൂര്യൻ ഉദയാദ്രിയിൽ അധികശോഭയോടെ ഉദിക്കുമെന്നും മണ്ണിൽ മാഞ്ഞു പോകുന്ന പൂവ് പക്ഷേ ദേവലോകത്തു കല്പവൃക്ഷത്തിൽ ദേവപുഷ്പമായി വിടരുമെന്നും പിന്നെ ഈശാജ്ഞ പോലെ വരുമൊക്കെയെന്നും ആശ്വസിക്കാമെന്ന്.

ഈ ഭൂവിൽ ഉല്പന്നമായതൊക്കെയും നശിക്കും, ഒന്നിനുമില്ല നില, ഉന്നതമായ കുന്നുമെന്നല്ലയാഴിയുമൊരിക്കൽ നശിക്കും. എല്ലാം വിസ്മൃതമാകും. പൂവിനെയും എന്നെയും പഠിപ്പിച്ച ഈ താരജാലം പോലും തമോഗർത്തങ്ങളിൽ മറയും. 'അവനിവാഴ്വ കിനാവു കഷ്ടം' എന്ന മതിയിൽ തിരിച്ചറിയും. 'മഹിയിൽ മനുഷ്യജീവിതത്തെക്കാൾ ദയനീയമായ് മറ്റെന്തൊന്നുള്ളൂ' എന്നു ഗുരുശിഷ്യനായ ആശാൻപോലും വിലപിക്കുമ്പോൾ ഹാ പുഷ്പമേ....

●

മനുഷ്യരൂപത്തിലുള്ള വാക്ക് അപ്രത്യക്ഷമായി

വിനയചന്ദ്രൻ, നീ വിളിച്ചിട്ട് കുറച്ചായി. അതുകൊണ്ടു ഞാനങ്ങോട്ടു വിളിച്ചു. നീ പരിധിക്കു പുറത്താണെന്നു പറയുന്നു. ഇടയ്ക്കിടയ്ക്ക് ഊരുചുറ്റുക നിന്റെയൊരു സ്വഭാവമാണല്ലോ. ഹിമാലയസാനുക്കളി ലെവിടെയോ ഒറ്റയ്ക്ക് അലയുകയാണോ? സാധാരണ വിളിച്ചിട്ടാണല്ലോ പോകാറ്. ഇത്തവണ യാത്രപോലും പറയാതെയാണല്ലോ പോയത്.

കഴിഞ്ഞ ദിവസം ഫോൺ പറഞ്ഞു.

ഈ നമ്പർ നിലവിലില്ലെന്ന്. ഞെട്ടലോടെ ഞാൻ തിരിച്ചറിയുന്നു. നീ തന്നെ നിലവിലില്ലെന്ന്. നീ അവശേഷിപ്പിച്ച വാക്കുകൾ നിലവിലു ണ്ടല്ലോ. ഞാനവ വീണ്ടും വായിച്ചു. വാക്കിന്റെ മുമ്പിൽ ബ്രഹ്മാവിനെ പോലെ വിനയനായി. കുട്ടിക്കാലത്തെ നിന്റെ ഇടവഴികളും കല്ലടയാറും ഓർത്തു.

കുട്ടിക്കാലത്ത് നിനക്കു നിന്റെ അമ്മ നഷ്ടപ്പെട്ടു. അതു കൊണ്ടാ ണല്ലോ നിന്റെ കവിതകളിൽ അമ്മ നിറഞ്ഞുകവിഞ്ഞത്. അമ്മയുടെ സ്നേഹം കവിതകൾക്ക് സുഗന്ധസരോജമായത്.

അമ്മ നിന്റെ കവിതയുടെ മൂർദ്ധാവിൽ ഉമ്മവച്ചു. കണ്ണുനീരഭിഷേകം ചെയ്തു. അങ്ങനെ നീയും നിന്റെ കവിതയും ഊർജ്ജരൂപമായി അമ്മിഞ്ഞ സ്വപ്നത്തിലൂറുന്നൊരമ്പിളിയായി. പൂവിലും പൂഴിയിലും അമ്മ മണത്തു. അച്ഛന്റെ വാത്സല്യമാകുന്ന തൊട്ടിലിൽ അമ്മയൊരുമ്മയായി പാടിയ താരാട്ട് നീ കേട്ടു കിടന്നു. ഈ ഭൂമിയുടെ ധ്യാനത്തിലും കവിതയുടെ

തപസ്സിലും അമ്മ അനുഭൂതിയായി. കൂട്ടുകൂടി പാട്ടുപാടി വിയർത്തു മുഷിഞ്ഞ വിഴുപ്പുകൾ കഴുകി വിശുദ്ധമാക്കാൻ അമ്മ കൂട്ടായി. വിശക്കുമ്പോൾ കടലാസിനും അമ്മയുടെ മണം.

അമ്മയില്ലാത്തവർക്കേതു വീട്? ഇല്ല വീട് അവർക്ക് എങ്ങെങ്ങുമേ വീട്. കാട്ടുവഴികളും കടത്തിണ്ണകളും റെയിൽവേസ്റ്റേഷനും കുമാരിയിലെ സാഗരവും ഗയയിലെ ബലിയും ഹിമവാനിലൂടെ ഏകാന്തയാത്രയും ആകാശ നക്ഷത്രങ്ങളും വാക്കിന്റെ സ്വാതന്ത്ര്യവും....

വാക്കിന്റെ സ്വാതന്ത്ര്യം നിർത്താതെ പെയ്തിറങ്ങിയ ആ പാതിരാത്രിയിൽ, നരേന്ദ്രപ്രസാദ് സംവിധാനം ചെയ്ത ലങ്കാലക്ഷ്മിയുടെ കളികഴിഞ്ഞു തിരുവനന്തപുരം ആയുർവേദ കോളേജ് മൈതാനത്തിന്റെ സ്വതന്ത്രതയിൽ, നമ്മൾ കുറെപ്പേർ കൂട്ടുകൂടി ചർച്ച ചെയ്ത ആ വേളയിലാണ് നീയും ഞാനും മിത്രങ്ങളായത്.

ആ കൂട്ടുചേരലിലെ സ്നേഹസൗഹൃദങ്ങളെയെല്ലാം മരണം ഒന്നൊന്നായി തിന്നു തീർത്തു. ആദ്യം ശിവകുമാറിനെ, പിന്നെ പ്രസാദിനെ, ബിനോയിയെ, പിന്നാലെ അയ്യപ്പപ്പണിക്കർ, കടമ്മനിട്ട, നടൻ രാവണൻ മുരളി ഇപ്പോൾ നിന്നെയും.

ജീവിതമത്ര ദയാശൂന്യമാണോ? ജീവിതമത്രമേൽ ക്രൂരമാണോ? തിരിച്ചു വരുമോ ആ പോയ ദിനങ്ങൾ, തിരക്കി വരുമോ ആ സുഖകാലം. വ്യഥയോടറിവു ഞാൻ, മണ്ണിലെ മനുഷ്യന്റെ കഥ ഇത്രയൊക്കെയേ....

1980-കളുടെ പകുതിയിൽ, ബാബുതോമസും ഞാനും കൂടി ഞങ്ങളുടെ സമുദായത്തിലെ യുവാക്കൾക്കായി എസ്.എച്ച്. മൗണ്ടിലെ ചൈതന്യാ പാസ്റ്ററൽ സെന്ററിൽ ഒരു സാഹിത്യ ക്യാമ്പ് സംഘടിപ്പിച്ചു. ആ ദിവസങ്ങളിൽ ക്യാമ്പിനു തൊട്ടടുത്തുള്ള എന്റെ വീട്ടിൽ നീ അതിഥിയായി, പ്രസാദിനും ശിവകുമാറിനും ഒപ്പം. ക്യാമ്പിലെ സുന്ദരിയായ ഒരു കന്യാസ്ത്രീയെ കണ്ട് നിന്റെ കവിഹൃദയം റോസി ലൻഡ എന്ന കവിത ചൊല്ലി. റോസി ലൻഡ ഒരു കന്യാസ്ത്രീ. അവൾ തിരുഹൃദയവും കുരിശും കുരിശിലെ പനിനീർപൂവുമാകുന്നു. അവൾ കന്യാമറിയത്തിന്റെ വാത്സല്യമാകുന്നു. നിന്റെ കവിത കേട്ട ആ കന്യാസ്ത്രീ ഇന്നു കന്യാസ്ത്രീയല്ല. മഠത്തിന്റെ മതിൽ ഇന്നവൾക്കു മരണത്തിന്റെ ളോഹയല്ല. ളോഹയൂരി വൈദികനല്ലാതായ ഒരുവനെ വിവാഹം ചെയ്തു. അയാൾ മരിച്ചു. ഒറ്റപ്പെട്ടു വിദേശത്തുള്ള അവൾ പ്രാർത്ഥനയിൽ മുഴുകിയിരിക്കുന്നു. ഗിരിശൃംഗങ്ങളുടെ ധ്യാനദീപ്തി അവളെ ആവരണം ചെയ്യുന്നു.

1991-ൽ നരേന്ദ്രപ്രസാദിന്റെ നിർബന്ധത്തിനു പിന്നാലെ നീ മഹാത്മാഗാന്ധി യൂണിവേഴ്സിറ്റിയിലെ സ്കൂൾ ഓഫ് ലെറ്റേഴ്സിലേക്കു വന്നു. അതിരമ്പുഴയിൽ താമസക്കാരനായി. സ്നേഹസൗഹൃദത്തിന്റെ

വഴിയിൽ എന്റെ വീട്ടിലേക്കുള്ള വഴിയും നിനക്ക് സന്തോഷമായി. എന്റെ നാട്ടിൻപുറത്തെ തറവാടും, അതിന്റെ പടിഞ്ഞാറൻ പാടശേഖ രങ്ങളും, അതിനിടയിലെ തോടുകളും, തോണിയാത്രകളും നിന്നെ കവിത ചൊല്ലിച്ചു. കല്ലടയാറിന്റെ കടവിനെക്കുറിച്ച്, ശാസ്താംകോട്ടക്കായലിലെ സങ്കടങ്ങളുടെ വേലിയേറ്റിലേക്ക് തോണി നഷ്ടപ്പെട്ട മൂക്കുവനെക്കുറിച്ച്, കുഞ്ഞും കുട്ടും കുഞ്ഞാങ്ങളമാരുമില്ലാത്ത കുന്തച്ചേച്ചിയെ കുറിച്ച്. കൊമ്പും തുമ്പിയുമുള്ള ഗണപതിയുടെ വഴിയെക്കുറിച്ച്, വീട്ടിലേയ്ക്കു വിളിക്കുന്ന തുമ്പയും കാട്ടുകിളികളും കടത്തുവള്ളങ്ങളേയും കുറിച്ച്, നേരം പോയ നേരത്ത് ഉള്ളിൽ പുഴ കടന്നു മഴചാറ്റലിലേക്കു പോയ ഉണ്ണിയെക്കു റിച്ച്, നിങ്ങളും ഞാനും കിനാക്കളുമണ്ഡകടാഹവും ഒന്നുതന്നെയായ കാടിനെക്കുറിച്ച്, കായിക്കരയിലെ കടലിനെക്കുറിച്ച്, വിനയചന്ദ്രികയെ ക്കുറിച്ച്. കുണ്ടാമണ്ടിയും കുരങ്ങനും കൂടി പണ്ടത്തെപ്പാച്ചന്റെ കഥകൾ പറഞ്ഞുള്ള തകിടതകയെക്കുറിച്ച്, തുരുതുരെ തെരുതെര് ഇലകൾ വീഴുന്നതിനെക്കുറിച്ച്. തുരുതുരെ തെരുതെര് കവിതകൾ...

കവിത വെളിച്ചത്തിനപ്പുറമാണ്. കവിതയിലെ വാക്ക് ആദിജന്മ മാണ്. വാക്കിനേ വാക്കിന്റെ ഉള്ളറിയൂ. കവിതയുടെയും പ്രേമത്തിന്റെയും മരണത്തിന്റെയും വഴികൾ ഒന്നുതന്നെയാണ്.

നിന്റെ മരണം വേണ്ടിവന്നു, നിന്റെ കല്ലടയുടെ വഴിയേ വരാൻ. നീ പല പ്രാവശ്യം ആവശ്യപ്പെട്ടതാണ്, ഈ വഴിവരാൻ. എന്റെ ഉദാസീന മനസ്സ് അത് നാളെ നാളെയാക്കി.

കാറിൽ നിന്നിറങ്ങി ഞാനും എന്റെ നിന്റെ ചില കൂട്ടുകാരും നിന്നെ അവസാനമായി കാണാൻ വരുമ്പോൾ മൈക്കിലൂടെ കാസറ്റിൽ നിന്റെ കവിശബ്ദം ആയിരം പ്രാവശ്യം ഹൃദയത്തിൽ തട്ടിച്ചിതറിച്ച് നിന്റെ സാഗ രഗർജ്ജനം ഹൃദയത്തെ മുറിപ്പെടുത്തി.

നീ ഉറങ്ങിക്കിടക്കുന്നത് ഞാനാദ്യമായി കണ്ടു. പ്രാണജത്തിൻ കൂത്തരംഗമായിട്ടും മാറ്ററങ്ങി, മെയ്യാകെയുറങ്ങി നീ ശയിക്കുന്നു, നീ എന്നും ധൂതിപിടിച്ച പാദങ്ങളിലായിരുന്നല്ലോ. പാദമുദ്ര കളേറ്റുവാങ്ങിയ തീരങ്ങളേ ഈ വഴി നടന്നു പോയ പാന്ഥൻ ആരായിരുന്നു.

മൊബൈൽ മോർച്ചറിയിൽ മൂടൽമഞ്ഞ് മൂടി നിന്ന നിന്റെ മേൽ ഞാൻ പൂവിതളുകൾ അർപ്പിച്ചു. നിന്നെ തൊട്ടു തൊടാതെ എന്റെ കൈവിരലുകൾ വിറച്ചു. നിൻ ഹൃദയം മിടിക്കുന്നൊരൊച്ചയും കേട്ടുപോ കാതെ നീയുറങ്ങുന്നു. അവധിയില്ലാത്ത അലച്ചിലിനുള്ളിലും പെരുകുന്ന മൗനം ഞാനറിഞ്ഞു. നിന്റെ ആത്മാവ് കാട്ടു വീടെന്ന കാട്ടുച്ചുറ്റിപ്പടർന്ന സുഗന്ധങ്ങളേറ്റു വാങ്ങുന്നത് ഞാൻ മണത്തു.

ഒടുവിൽ, നിന്റെ ബാല്യം ഓടി നടന്ന തൊടിയിൽ നിന്നെ, മനുഷ്യരൂപത്തിലുള്ള വാക്കിനെ, അഗ്നി ശുദ്ധമാക്കുമ്പോൾ വചനത്തിന്റെ നിത്യതയുള്ള ആത്മാവ് രക്ഷപ്പെടുന്നത് ഞാൻ നോക്കി നിന്നു. ഒറ്റയാൻ ജാഥയായി അതു പോകുന്നു.

നീ ഏകാന്തതയിലെ ഉത്സവം, മൗനത്തിന്റെ വിരുന്ന്.

നീ നിന്റെ വാക്കുകളിലെ പുനർജന്മം. ഓർമ്മയുടെ ശേഷിപ്പ്.

വഴിയിൽ നിൽക്കുന്ന മരണത്തെ കണ്ടില്ലെന്നു നടിച്ച് നിന്റെ കൂട്ടുകാർ തിരികെ നടന്നു. ഇലകളും സൂര്യനും മരണത്തിനെതിരെ കൂട്ടുകൂടുന്നു.

കവിതേ, കരയാതിരിക്കു, അവനിനിയും വന്നുപോകാം.

●

ശരീരത്തിനായ് വിതയ്ക്കുന്നവർ

1985–ലാണ്, എന്റെ വീടിനടുത്തുള്ള, കോട്ടയം നാഗമ്പടം ചെമ്പരത്തിമൂട് വളവിൽ (ഇന്നവിടെ ബിസ്മി ഗൃഹോപകരണ സ്ഥാപനം) ഒരു വീടിന്റെ ചായ്പ്പിൽ 'അയ്യപ്പൻ എന്റർപ്രൈസസ്' എന്ന സ്ഥാപനം തുടങ്ങി. ഒന്നു വച്ചാൽ പത്തു കിട്ടും. പത്തുവെച്ചാൻ നൂറു കിട്ടും. എന്ന കുലുക്കിക്കുത്തു വശീകരണ തന്ത്രത്തിലൊരു സ്ഥാപനം. നൂറ് രൂപ അടച്ചാൽ മൂന്നു മാസം കഴിഞ്ഞ് അറുനൂറ് രൂപയുടെ ഒരു ക്രോംപ്ടൺ ഫാൻ, ആയിരം രൂപ അടച്ചാൽ മൂന്നു മാസം കഴിഞ്ഞ് ഒരു കെൽവിനേറ്റർ ഫ്രിഡ്ജ്, ആയിരത്തി അഞ്ഞൂറു രൂപ അടച്ചാൽ മൂന്നുമാസം കഴിഞ്ഞ് ഒരു ഡയനോര ടി.വി. എന്നിങ്ങനെ പോകുന്നു പ്രലോഭനം. ജനം, പ്രത്യേകിച്ച് മിസ്സസ്സ് കൺസ്യൂമേഴ്സായ വീട്ടമ്മമാർ ഓടി വന്നു. ബസ് സ്റ്റോപ്പ് ഇല്ലാത്തിടത്ത് അയ്യപ്പൻമുക്ക് എന്ന സ്റ്റോപ്പായി. സ്റ്റീൽ പാത്രങ്ങളും പ്ലാസ്റ്റിക് കസേരകളും പ്ലാസ്റ്റിക് ബക്കറ്റുകളും ഫാനും മിക്സിയും മൂന്നുമാസം കഴിഞ്ഞ് കിട്ടിത്തുടങ്ങി. അഞ്ചെട്ടു മാസം കഴിഞ്ഞ് ഫ്രിഡ്ജ്, വാഷിങ് മെഷീൻ, എസി, ടി.വി. എന്നിവയ്ക്കുള്ള ഗഡു അടയ്ക്കാൻ ആയിരങ്ങൾ ക്യൂ നിന്നു. ഒരു സുപ്രഭാതത്തിൽ അയ്യപ്പനെ കാണാനില്ല. 'അയ്യപ്പൻ എന്റർപ്രൈസസ്' എന്ന ബോർഡു മാത്രം ബാക്കിയായി. കലികേറി വന്ന ജനം ബോർഡ് പറിച്ചെടുത്ത് വളച്ചൊടിച്ച് അരിശം തീർത്തു. സ്ത്രീകൾ വന്ന് അയ്യപ്പനെ ശപിച്ചു മാറത്തലച്ചു നിലവിളിച്ചു. കണ്ണിൽ കണ്ടതെല്ലാം എടുത്തെറിഞ്ഞു. 'അയ്യപ്പൻ വരും വരാതിരിക്കില്ല' എന്ന എന്റെ കഥ സംഭവകഥയാണ്.

1996-ലാണ്, ഞങ്ങൾക്ക് യു.ജി.സി. ശമ്പളം കിട്ടിത്തുടങ്ങിയ കാലം. അത് മണത്തറിഞ്ഞ, എണ്ണയുടെയും കുഴമ്പിന്റെയും മണമുള്ള ഒരു ലാടവൈദ്യൻ കോളജിൽ വന്നു. മുട്ടുവേദന, നടുവേദന, കാൽ വേദന, വയറുവേദന, നെഞ്ചെരിച്ചിൽ തുടങ്ങിയവയ്ക്കുള്ള എണ്ണയും കുഴമ്പും നെയ്യും ലേഹ്യവുമെല്ലാം അദ്ധ്യാപകർക്കും പാവം അനദ്ധ്യാപകർക്കും കൊടുത്തു. കൂടിയ രോഗമുള്ളവർക്കു വേണ്ടി കൂടിയ മരുന്നുണ്ടാക്കാൻ കൂടുതൽ പണം അഡ്വാൻസായി കൈപ്പറ്റി. രോഗത്തിന് ഒരു ശമനവും കിട്ടാത്തവരും മരുന്നു കഴിച്ചും പുരട്ടിയും രോഗം വർദ്ധിച്ചവരും ലാടഗുരുവിനെ തേടി കടയുടെ പാസ്സിൽ ചെന്നപ്പോൾ, ആ മഹാവൈദ്യൻ വസിച്ചിരുന്ന സ്ഥലം അജ്ഞാതമായി കാണപ്പെട്ടു.

ഞാനീ തട്ടിപ്പിന്റെയും വെട്ടിപ്പിന്റെയും പഴഞ്ചൻ കാര്യം ഇപ്പോൾ ഓർമ്മിക്കാൻ കാരണമുണ്ട്. കേരളത്തിന്റെ സാമൂഹ്യ രാഷ്ട്രീയ ജീവിതത്തിൽ 'ടീം സോളാർ' വരുത്തിവച്ച 'സരിതോർജ്ജ' പ്രതിസന്ധിയുടെ വർത്തമാനകാല പ്രസക്തിയാണത്.

മുഖ്യമന്ത്രിയുടെ ഓഫീസും പഴ്സണൽ സ്റ്റാഫിൽപെട്ട ചിലരും ഗൺമാനും സരിത-ബിജു കൂട്ടായ്മയിലെ കൂട്ടുകക്ഷികളാണെന്നത് പുറത്തായിരിക്കുന്നു. ചില കേന്ദ്രസംസ്ഥാന മന്ത്രിമാരും ചില മുൻമന്ത്രിമാരും ചില എം.എൽ.എ.മാരും മറ്റ് ഉന്നത നേതാക്കളും സരിതാകിളിമൊഴിയുടെ മാധുര്യം കേട്ടു സുഖിച്ചതിന്റെ ശിഷ്ടകാല കഷ്ടത്തിലാണ്. ഇതിനിടയിലാണ് ഒരു യുവതിയുടെ മുൻമന്ത്രിയുമായുള്ള ആലിംഗനചുംബനാദികളുടെ പരസ്യപ്രക്ഷേപണദൃശ്യവിരുന്നൊരുങ്ങുന്നത്. ഇതെഴുതുമ്പോളിതാ, കേരളം ആസ്ഥാനമായി രൂപീകരിച്ച വ്യോമയാന കമ്പനിയായ കൈരളി എയർലൈൻസ് ലിമിറ്റഡിന്റെ മാനേജിങ്ങ് ഡയറക്ടർ വ്യാജനോട്ടു കേസുകളിൽ പ്രതിയാണെന്നു വാർത്ത വന്നിരിക്കുന്നു. അതോടൊപ്പം ഈ എയർലൈൻസിന്റെ എക്സിക്യൂട്ടീവ് ഓഫീസർ ബാംഗ്ലൂരിലും മുംബൈയിലും കോടികളുടെ സാമ്പത്തിക തട്ടിപ്പു കേസിലെ പ്രതിയായി കോട്ടും സ്യൂട്ടുമിട്ട ഫോട്ടോ വന്നിരിക്കുന്നു. സ്യൂട്ടും കോട്ടുമിട്ട പി.ആർ.ഡി. ഡയറക്ടറുടെ സുന്ദര മുഖം സരിതാപ്രഭയിൽ മിന്നിത്തിളങ്ങുന്നതും കണ്ടുകൊണ്ടിരിക്കാം.

മനുഷ്യമനസ്സിന്റെ സ്ഥായീഭാവം പ്രലോഭന കേന്ദ്രീകൃതമായ സ്വഭാവ സവിശേഷതകളോടു കൂടിയാണോ? എത്രയോ വട്ടം കണ്ടും കേട്ടും വായിച്ചറിഞ്ഞും ബോദ്ധ്യപ്പെട്ടിട്ടും എന്തുകൊണ്ടാണ് മനുഷ്യൻ പിന്നെയും തട്ടിപ്പിനും വെട്ടിപ്പിനും ഇരയാകുന്നത്?

മനുഷ്യന് വിചാരമില്ലേ? വിവേകമില്ലേ? നോ എന്നു പറഞ്ഞ് മാറി നിൽക്കാനുള്ള തന്റേടം എന്തുകൊണ്ട് ഉണ്ടാവുന്നില്ല? ആസക്തിയുടെ ഭോഗലാസ്യലഹരിക്ക് അടിമപ്പെടുന്ന ദുർബലമായ ഉടലും

മനവുമാണോ മനുഷ്യപ്രകൃതത്തിനുള്ളത്? എത്ര കിട്ടിയാലും പോരാ, പിന്നെയും ഇന്ദ്രിയങ്ങൾ വാ പിളർന്നിരിക്കും. വാ പിളർന്നിരിക്കുന്ന പഞ്ചേന്ദ്രിയ തൃഷ്ണകളെ വരുതിയിൽ നിർത്താൻ എന്തുകൊണ്ട് മനസ്സിന്റെ ആത്മീയതയ്ക്ക് കഴിയുന്നില്ല? അതോ അസംതൃപ്തമായ മനോവ്യാപാരങ്ങളുടെ അശാന്തമായ കടൽ സഞ്ചാരമാണോ മനുഷ്യജന്മം?

ധനം, പണം, സമ്പത്ത്, അതിർത്തികൾ ലംഘിച്ചു പായുന്ന അഭിവാഞ്ഛയുടെ അശ്വത്തെ ആര് പിടിച്ചുകെട്ടും? അവനവന്റെ ധാർമ്മികതയുടെ ഇച്ഛയ്ക്കല്ലാതെ മറ്റൊന്നിനും ആവില്ല, അതിനെ പിടിച്ചു നിറുത്താൻ. ധാർമ്മികത ആത്മീയ മനസ്സിന്റെ അജയ്യശക്തിയാണ്. പക്ഷേ, ആത്മീയത മതം വിറ്റ് കാശാക്കുന്ന ഒരു ഉപഭോഗ വസ്തുവായി മാറിയാൻ പിന്നെ എന്തു ചെയ്യും?

വിശുദ്ധ പൗലോസിന്റെ ഒരു വാക്യം എന്നും എന്റെ പരിഗണനയിലുണ്ട്. 'ധനമോഹമാണ് എല്ലാ തിന്മകളുടെയും അടിസ്ഥാന കാരണം' അതെത്ര ശരിയാണ്, അന്നും ഇന്നും എന്നും പ്രസക്തവുമാണ് 'ധനവാന്മാരാകണമെന്ന് ആഗ്രഹിക്കുന്നവരാണ് ഒട്ടുമിക്കവരും. അവർ പ്രലോഭനത്തിലും കെണിയിലും വ്യാമോഹങ്ങളിലും നിപതിക്കുന്നു.' പൗലോസിന്റെ ഈ തുടർ വാക്യം എത്ര സത്യമാണ്. പ്രലോഭനം, കെണി, വ്യാമോഹം, ധനമോഹം-വരുത്തിവയ്ക്കുന്ന വിനകളാണ്. നേരേ ചൊവ്വേ എത്ര പേർക്ക് കോടീശ്വരരാകാം. അത് കഠിന കഷ്ടപ്പാടുകളുടെ വഴിയാണ്. എളുപ്പവഴിയാണ് എല്ലാവരും തേടുന്നത്. നേർവഴിയല്ല. നേർവഴി അദ്ധ്വാനത്തിന്റെയും വിയർപ്പിന്റെയും സത്യത്തിന്റെയും നീതിയുടെയും വഴിയാണ്. ആ വഴി പോയാൻ ഉടനെങ്ങുമെത്തില്ല. അപ്പോഴാണ് പ്രലോഭനം. പത്തുലക്ഷം തന്നാൽ ഞങ്ങളത് പത്തിരട്ടിയാക്കി തിരിച്ചു തരാം. എത്ര പെട്ടെന്നാണ് ഇരകളെ വീഴിക്കുന്നത്. ഇര വീഴാൻ എപ്പൊഴേ റെഡിയായി ഇരിക്കുകയാണ്. ഒരു ലക്ഷം, നാൽപതു ലക്ഷം, എഴുപത്തിയഞ്ചു ലക്ഷം, ഇന്നാ പിടിച്ചോളൂ, മറുചിന്തയില്ല ഏതോ ആകർഷണ വലയിൽ പോകുന്നതിന് ഒരു വിഷമവുമില്ല ചുമ്മാ ലക്ഷങ്ങൾ വാരിക്കൊടുക്കാൻ. കാരണം, അതവന്റെ വിയർപ്പിന്റെ ഫലമല്ല ഏതൊക്കെയോ വഞ്ചനയുടെ അഴിമതിയുടെ, കൈക്കൂലിയുടെ വേരുകൾ വലിച്ചെടുത്തതാണ് ആ തുക. വേരുകളുടെ ധർമ്മം വലിച്ചെടുക്കലാണ്. പക്ഷേ, ഇവിടെ അതൊരു ധർമ്മമാകുന്നില്ല. അതുകൊണ്ട് അത് സമൂഹത്തിന് ഫലദായകമാകുന്നില്ല.

ധനവാനോടു ബന്ധപ്പെട്ട ഒട്ടകവും സൂചിക്കുഴയും. അതെന്തൊരു പ്രയോഗമാണ്. സ്വർഗ്ഗരാജ്യം അവനുള്ളതല്ല. അതറിയാവുന്നതു കൊണ്ടാവാം ധനവാൻ ഭൂമിയിൽ സ്വന്തം സ്വർഗ്ഗം പണിയുന്നത്. ആഡംബരപൂർവ്വം സുഖലോലുപനായി ജീവിക്കുക എന്നതാണ് ആ

സ്വർഗ്ഗം. ആ സ്വർഗ്ഗ സൃഷ്ടിക്ക് ധനം വേണം. അതിനവർ അത്യാഗ്രഹത്തിന്റെ പുറംകുപ്പായം ധരിക്കും. മുഖസ്തുതിയുടെ വാക്കുകൾ നിർലജ്ജം ഉപയോഗിക്കും. അന്യരുടെ പ്രയത്നങ്ങളുടെ ഫലം സ്വായത്തമാക്കി അഹങ്കാരത്തിന്റെ മേനി നടിക്കും. തിന്നുകയും കുടിക്കുകയും ചെയ്യും. കൊലയുടെ ദിവസത്തേയ്ക്കു ഹൃദയങ്ങളെ കൊഴുപ്പിക്കുന്നു എന്ന് അവർ ആ ഉത്സവത്തിരക്കിൽ അറിയാതെ പോകുന്നു.

ഉടൽ കേന്ദ്രീകൃതമായൊരു അലങ്കാര സംസ്കാരമാണ് നമ്മളറിയാതെ നാം വളർത്തിയെടുത്തത്. ഭൗതികതയെ ഇത്രകണ്ട് വർണ്ണശബളമാക്കിയ മറ്റൊരു കാലം നമുക്കു പിന്നിലുണ്ടോ? സയൻസും നാനോ ടെക്നോളജിയും ചേർന്നൊരുക്കിയ സുഖഭോഗ വസ്തുക്കളുടെ മായികത മനുഷ്യനെ ഒരു മായാമൃഗമാക്കിയതു പോലെ അപ്പം കൊണ്ടു മാത്രം പുഷ്ടിപ്പെടുന്ന സംസ്കൃതിയിൽ ആന്തരിക നിർവൃതികൾ മനുഷ്യൻ അറിയാതെ പോകുന്നു. അതിന്റെ സത്യവും നീതിയും സൗന്ദര്യവും അവന്റെ പരിധിക്കു പുറത്താകുന്നു. അവയുടെ ഇടുങ്ങിയ വഴികൾ അവൻ കാണുന്നതേയില്ല. കാലാകാലങ്ങളിൽ മനുഷ്യൻ ആർജ്ജിച്ച 'വിസ്ഡം' അവന്റെ വിസ്മയ ലോകങ്ങളിൽ എങ്ങും എത്തിപ്പെടുന്നില്ല. വായനയില്ല, ചിന്തയില്ല, വിചാരമില്ല, ആശയങ്ങളില്ല, മനസ്സില്ല, ലോകം, ശരീരം, പിശാച്...

ലോകത്തിന്റെ, ശരീരത്തിന്റെ, പിശാചിന്റെ പ്രലോഭനം വലിയൊരു വെല്ലുവിളിയാണ്. അത് വല്ലാത്തൊരു പരീക്ഷണമാണ്. ആ പരീക്ഷയിൽ ഉൾപ്പെടാതിരിക്കാൻ മനസ്സിന് കഠിനമായ നിയന്ത്രണം വേണം. ദൈവപുത്രനായ മനുഷ്യപുത്രൻ പോലും ആ പരീക്ഷണത്തിനു വിധേയമായി. ലോകത്തിന്റെ സർവ്വസുഖങ്ങളുടെ മുമ്പിൽ നിന്നവൻ പ്രലോഭനത്തെ കീഴടക്കി. പരസ്യജീവിതത്തിന്റെ ധാർമ്മിക ശക്തിയുടെ ചാട്ടവാറെടുത്തു മനുഷ്യനെ, അവന്റെ പാപാവസ്ഥയെ വീണ്ടും ബോദ്ധ്യപ്പെടുത്തി സ്വർഗ്ഗമാർഗ്ഗം കാട്ടിക്കൊടുത്തു.

പക്ഷേ, ഇന്നും മൂഢനായ മനുഷ്യൻ സ്വന്തം ശരീരത്തിനായി വിതയ്ക്കുന്നു. കൊയ്തെടുക്കുന്നു.

•

ആത്മാവിന്റെ ആത്മീയത

കഴിഞ്ഞ ദിവസങ്ങളിലൊന്നിൽ, സന്ധ്യയിൽ കുമരകം വൈക്കം റോഡിൽ, ഇടയാഴം കവലയിൽ നിന്നു കല്ലറ നീണ്ടൂർക്കുള്ള വഴിയെ തനിയെ സഞ്ചരിക്കുകയായിരുന്നു. ഇരുവശവും വിജനവും ഏകാന്തവും വിശാലവുമായ പുഞ്ചപ്പാടം. കാറുനിറുത്തി ഇറങ്ങി വെറുതെ നോക്കിനിന്നു. പടിഞ്ഞാറു വയലിനപ്പുറം പച്ചപ്പിനു മുകളിൽ സായാഹ്ന സൂര്യൻ. വിളഞ്ഞു പൊൻനിറമാർന്ന നെൽക്കതിർപ്പരപ്പിൽ സാന്ധ്യ ശോഭാകിരണങ്ങൾ. തലങ്ങും വിലങ്ങും തുമ്പികൾ പറക്കുന്നു. ചെറുകിളികളുടെ കളമൊഴി സല്ലാപം. ഒറ്റപ്പെട്ട കാർമേഘക്കൂട്ടത്തിനു കീഴിൽ ഒരു പറ്റം വെള്ളക്കൊറ്റികൾ പറന്നു പോകുന്നു. സർവ്വചരാചരങ്ങളെയും തലോടിവരുന്ന പഞ്ചഭൂതാത്മകമായ കാറ്റ് പ്രകൃതിവാത്സല്യമായി എന്നെയും തലോടി. അവാച്യമായൊരു ദർശനാനുഭൂതിയിൽ ലയിച്ച് ആത്മഹർഷംകൊണ്ടു ഞാൻ നിന്നു.

പണ്ടു ഗദാധരൻ എന്ന കുട്ടി വിശാലമായ വയൽമദ്ധ്യവരമ്പിലൂടെ ഓടുകയായിരുന്നു. ആ സന്ധ്യയിൽ കാർമേഘക്കൂട്ടങ്ങൾക്കു കീഴിൽ ഒരു പറ്റം വെള്ളക്കൊറ്റികൾ പറന്നു പോകുന്നതുകൊണ്ട് ആ കുട്ടി മോഹാലസ്യപ്പെട്ടു വീണു. പിന്നാലെ വന്ന ഒരാൾ കുട്ടിയെ കുലുക്കിയുണർത്തി.

"എന്തു പറ്റി മോനേ?''

"കുറെ കൊറ്റികൾ പറന്നുപോയി."

"അതിനുനീയെന്തിനാ ബോധം കെട്ടത്?''

"അറിഞ്ഞുകൂടാ"

അറിഞ്ഞുകൂടായ്മയുടെ മോഹാലസ്യത്തിൽ നിന്നു ഗദാധരൻ ശ്രീ രാമകൃഷ്ണപരമഹംസനായി. ഈശ്വരനെ കണ്ടെന്നു പറയുന്ന അങ്ങ് എനിക്കു ഈശ്വരനെ കാട്ടിത്തരുമോ? എന്ന ചോദ്യവുമായി വന്ന നരേന്ദ്രനെ ആ ഗുരു വിവേകാനന്ദനാക്കി.

കാലത്തെയും അസ്തിത്വത്തെയും പാപത്തെയും മരണത്തെയും നേരിടുന്ന അന്വേഷകന്റെ അറിവില്ലായ്മയുടെ ചോദ്യങ്ങൾ യുക്തിയുടെ ഭാഷയിലാണ്. സന്ദേഹങ്ങൾ നിറഞ്ഞ ബുദ്ധിയുടെ അഹന്ത നീക്കാൻ ഈ മഹാപ്രപഞ്ചത്തിന്റെ മൗനമന്ദഹാസത്തിനു കഴിയും. പ്രപഞ്ചമുഖം ഒരു നിഗൂഢമന്ദഹാസത്തോടെ നമ്മുടെ നേരേ മുമ്പിലുണ്ട്. ഹൃദയക വാടം ഒന്നു തുറന്നിടുകയേ വേണ്ടൂ.

ഒ.വി.വിജയൻ എഴുതുന്നുണ്ടല്ലോ. 'അഞ്ചോ ആറോ വയസ്സുള്ളപ്പോ ഴത്തെ ഒരു രാത്രി ഓർമ്മ വരുന്നു. അച്ഛന്റെ പോലീസ് ക്വാർട്ടേഴ്സിലെ തിണ്ണയിൽ നിന്നു മുറ്റത്തേക്കോടി നൊടിനേരം ആകാശത്തേയ്ക്കു നോക്കി വീണ്ടും തിണ്ണയിലേയ്ക്കോടി വീണ്ടും വീണ്ടും അങ്ങനെ ചെയ്തു.

ഒരു പോലീസുകാരൻ ചോദിച്ചു.

"കുട്ടി എന്താ ചെയ്യണേ."

എന്തെന്നു പറയാനുള്ള വാക്കുകൾ എനിക്കുണ്ടായിരുന്നില്ല. ആറു വയസ്സായ കുട്ടി ആകാശവുമായി ഗൂഢമായ ഒരു മുഖാമുഖം നടത്തുകയാ യിരുന്നു." (ഇതിഹാസത്തിന്റെ ഇതിഹാസം)

രമണമഹർഷി സമാധിയടയുന്ന നേരം ആ രാത്രി ചുറ്റും ചിതറി ക്കിടന്ന നക്ഷത്രങ്ങളെല്ലാം ഒന്നു ചേർന്നു ഒരു ഘോഷയാത്രയായി ആശ്രമത്തിനു മുകളിൽച്ചെന്നതെന്തിന്.

അനന്തവും അജ്ഞാതവും അവർണ്ണനീയവുമായ ഈ ലോകഗോള മെന്തെന്നറിയാത്ത മനുഷ്യൻ ഒരാശ്വാസത്തിനായി എങ്ങോട്ടു തിരിയും ഈശ്വരനിലേയ്ക്കല്ലാതെ.

"ഈശ്വരൻ ഹിന്ദുവല്ല, ഇസ്ലാമല്ല, ക്രിസ്ത്യാനിയല്ല

ഇന്ദ്രനും ചന്ദ്രനുമല്ല" (വയലാർ രാമവർമ്മ)

പിന്നെ ആരാ?

ഗോഡ് ഈസ് ലവ്

ജ്ഞാനവൃദ്ധനായ ഫാദർ സോസിമ തന്റെ മരണക്കിടക്കയിൽക്കി ടന്നു. ചുറ്റും കൂടി നിന്ന ആശ്രമവാസികളോടു പറയുന്ന അന്ത്യോപദേശം ഈ വിശുദ്ധ ജന്മത്തിനന്റെ സാരോപദേശമല്ലേ.

"Brothers, love all God's creation the whole every grain of sand in it, Love every leaf, every ray of God's light. Love the animals love the plants, love the man even in his sins. If you love everything you will perceive the divine mystery in things. And will come at last to love the whole world with an all- embracing love" (കാമരസോവ് സഹോദരന്മാർ)

ത്തുക്കിലിടാൻ വിധിക്കപ്പെട്ട മകനുവേണ്ടി പൂജ അർപ്പിക്കാൻ വരുന്ന വെള്ളായിയപ്പന്റെ തേങ്ങ ദേവിയുടെ മുന്നിൽ പ്രസാദമായി ഉടയ്ക്കാതെ കോമ്പിപ്പൂശാരി തിരികെ കൊടുക്കുന്നു. ആ പാവത്തിന്റെ ഒന്നരരൂപ യുടെ ബാധ്യതയിൽ നിന്ന് അയാളെ രക്ഷിക്കാൻ അത്രയ്ക്കെങ്കിലും തന്നെക്കൊണ്ടായല്ലോ എന്ന ആശ്വാസം. വെള്ളായിയപ്പന്റെ മകൻ കുണ്ടുണ്ണി ത്തുക്കിക്കൊല്ലപ്പെട്ടുമ്പോൾ ആകാശത്തെവിടെയോ ഒരു ചെമന്ന നക്ഷത്രം കത്തിയത് കോമ്പിപ്പൂശാരിയുടെ ഭ്രമമായിരുന്നില്ല. ഒരു നിഷ്കളങ്കന്റെ മരണം ആ പൂജാരിയുടെ സ്നേഹകാരുണ്യത്തിനു പ്ര ത്യുപകാരമായി പ്രകൃതി കാട്ടിക്കൊടുക്കുകയായിരുന്നു. (ഒ.വി. വിജയൻ, കടൽത്തീരത്ത്)

നളിനി ദിവാകരനെത്തേടി വനാന്തരങ്ങളിലൂടെ അലഞ്ഞുനടന്നു. ഒടുവിൽ കണ്ടെത്തി. ഏകധനവും ജീവനുമായ പ്രാണനായകന്റെ തോളിൽ വീണു. വായു വിരമിച്ചു, കേതുവിൽ താണുപറ്റിയ പതാക പോലെയായത്, എന്തിനാണ്? (ആശാൻ, നളിനി) ചണ്ഡാലയുവതി, ഇരവിനെ ശപിച്ചും നെടുരാത്രി നീങ്ങാഞ്ഞു നിർവേദത്താൽ പിടഞ്ഞതും എന്തുകൊണ്ടാണ്? (ആശാൻ, കരുണ) ലൗകികസുഖം തുച്ഛം കൊതി യ്ക്കാതെ വ്രതമെടുത്തന്യാർത്ഥമായ് ജീവിതം നയിക്കുവാൻ ലീലയെ പ്രേരിപ്പിച്ച വികാരം എന്താണ്? (ആശാൻ, ലീല)

"സ്നേഹം ഒന്നു മാത്രം.
സ്നേഹമാണഖിലസാരമൂഴിയിൽ
സ്നേഹസാരമിഹ സത്യമേകമാം"(ആശാൻ, നളിനി)

"ഒരു പാതയിൽ നിന്ന് ഇത്തിരി നടന്നതേയുള്ളൂ, നിഷ്കാസിതന്റെ മണിയൊച്ച. ഫ്രാൻസീസ് തിരിഞ്ഞോടി. എല്ലാ പാതയിൽ നിന്നും മണിയൊച്ച. എങ്ങു തിരിഞ്ഞുനോക്കിയാലും രക്ഷയില്ല. രക്ഷകന്റെ വെളിച്ചം അഷ്ടദിക്കുകളിൽ നിന്നും പ്രകാശിച്ചു. പ്രകാശം നിർവൃതി യായി. ആ നിർവൃതിയിലേക്ക് ഫ്രാൻസിസ് കൈകൾ വിടർത്തി പറന്നു. രോഗിയെ കെട്ടിപ്പിടിച്ചു വ്രണങ്ങളിൽ ആഴത്തിൽ ചുംബിച്ചു." (ഒ.വി. വിജയൻ, അസ്സീസി, ജനുവരി 2003)

ഫ്രാൻസിസ്, നീ ആർക്കുവേണ്ടി എന്തിന് വേണ്ടി ഈ സമ്പത്തെ ല്ലാം ഉപേക്ഷിച്ചു ഈ മഹാകർമ്മ വീഥികൾ തേടിപ്പോയി.

ഉടുതുണിക്കു മറുതുണിയില്ലാത്ത മീനാക്ഷി, നദിക്കരയിൽ നിന്നു

താൻ ചുറ്റിയ സാരിയുടെ മുകൾ ഭാഗം മാറിടത്തിൽ നിന്നു മാറ്റി, അലക്കുകയായിരുന്നു. അത് അലക്കി മാറിടം മറച്ചു, വെയിലത്തു നിന്നു ഉണക്കി, ആ ഭാഗം അരയ്ക്കു കീഴെ ഉടുത്തു. പിന്നെ അലക്കാനുള്ള പാതിഭാഗം വീണ്ടും അലക്കണം. പുഴവക്കിൽ നിന്നു ഗാന്ധിജി തന്റെ മേൽവസ്ത്രം നദിയിൽ ഒഴുക്കിവിട്ടു. മീനാക്ഷി ആ വസ്ത്രം വാരിയെടുത്തു തന്റെ അർദ്ധനഗ്നത മറച്ചു. (ആറ്റൻബറോയുടെ ഗാന്ധി സിനിമയിലെ ഒരു രംഗം)

ഗാന്ധിജീ, അങ്ങ് എന്തിനാണ് ഈ പരിഷ്കൃത ലോകമുമ്പാകെ അർദ്ധനഗ്നനായ ഫക്കീറായി അപഹാസ്യനായത്.

[illegible]സമ്പന്നയായ ഒരു സ്ത്രീ, മദർതെരേസയെ സന്ദർശിച്ചു. മദർ അപ്പോൾ ഒരു കുഷ്ഠരോഗിയുടെ വ്രണങ്ങൾ ശുദ്ധമാക്കുകയായിരുന്നു. "ഈ ലോകത്തിലെ മുഴുവൻ പണം തന്നാലും ഞാനീ പണിചെയ്യില്ല." ആ സ്ത്രീ പറഞ്ഞു. "ഈ ലോകത്തിലെ പണം മുഴുവൻ തന്നാലും ഞാനുമിതു ചെയ്യില്ല. പക്ഷേ ഞാനിതു ചെയ്യുന്നത് ഈയാളോടുള്ള സ്നേഹത്തെപ്രതിയാണ്. I can look after every one because for me they are all God"

മറിയത്തിന്റെയും മർത്തയുടെയും സഹോദരനായ ലാസറിന്റെ മരണത്തിൽ യേശു കണ്ണുനീർ പോഴിച്ചു. അപ്പോൾ യഹൂദർ പറഞ്ഞു. "നോക്കുക, അവൻ എത്രമാത്രം അവനെ സ്നേഹിച്ചിരുന്നു."

ശരിയാണ്, ലവ് ഈസ് ഗോഡ്

വയലിന്നക്കരെ കല്ലറ സെന്റ് തോമസ് ദേവാലയത്തിൽ നിന്നാവണം സന്ധ്യാമണിനാദം 'ശാന്തവീചിയിൽ വീചിപോലെ' ഒഴുകിവന്നു. ഏതോ അലൗകിക ധ്യാനചിന്തകളിൽ നിന്നെന്നപോലെ ഞാനുണർന്നു. കുന്നെടുത്തു വയലിലിടുന്ന ടിപ്പർ ലോറികളുടെ ഗതാഗതം നിലച്ചുവെന്നു തോന്നുന്നു. വിതയ്ക്കാത്ത, കൊയ്യാത്ത പറവകൾ, ചേക്കാറാൻ, അസ്തമയസൂര്യൻ ബാക്കിയിട്ട ഇത്തിരിവെട്ടത്തിൽ പറന്നകലുന്നു. ഇരുൾ മെല്ലെ പടരുന്ന ഈ 'ഭോഗലോഭനജഗത്തിൽ' ഈ മണിമുഴങ്ങുന്നതാർക്കുവേണ്ടി?

പള്ളി ഒരു മതസ്ഥാപനമാണ്. മതം ഈശ്വരന്റെ പേരിലാണ്. മതം മനുഷ്യനുവേണ്ടിയാണ്. മനുഷ്യൻ ഈശ്വരന്റെ സൃഷ്ടിയാണ്. മനുഷ്യൻ മാത്രമല്ല സർവ്വ ചാരാചരങ്ങളും ഈശ്വരന്റെ നിയോഗമാണ്. പക്ഷേ മനുഷ്യൻ മാത്രമാണ് മനനം ചെയ്യുന്നത്. ലൗകിക പ്രപഞ്ചസങ്കീർണ്ണതകളെയും അതിന്നതീതമായ അലൗകിക ആത്മീയതകളെയും മനുഷ്യൻ മനനം ചെയ്യുന്നു.

പ്രപഞ്ചത്തിന്റെ സ്രഷ്ടാവും പരിപാലകനുമാണ് ദൈവം എന്നാണു തീയിസ്റ്റ്(Theist)വീക്ഷണം. പ്രപഞ്ചത്തിന്റെ ദൈനം

ദിന ഗതിവിഗതികളിലോ മനുഷ്യരുടെ ഭാഗധേയങ്ങളിലോ ദൈവം ഇടപെടുന്നില്ല എന്നാണ് ദെയിസ്റ്റ് (Deist) വീക്ഷണം. പാൻതീയിസ്റ്റ് (Pantheist) പ്രകൃതിയെത്തന്നെ ദൈവമായി സങ്കല്പിക്കുന്നു.

ദൈവമേ ഞാനിതിൽ ഏതു ഗണത്തിൽപ്പെടുന്നു.

ഓരോ സമൂഹത്തിനും കാലാനുസൃതമായ ഈശ്വരസങ്കല്പമുണ്ട്. ഐൻസ്റ്റ്യൻ, സ്റ്റീഫൻ ഹോക്കിങ് തുടങ്ങിയ മഹാശാസ്ത്രജ്ഞന്മാർ കേവലം ആലങ്കാരിക അർത്ഥത്തിലാണ് ദൈവത്തെപ്പറ്റി പറയുന്നത്. ശരീരംകൊണ്ടു നിരാലംബനായി ജീവിച്ചിരുന്ന ആ വലിയ ശാസ്ത്രകാരൻ ഹോക്കിങ് എഴുതിയ 'A brief history of Time', 'The universe in a nutshell' എന്നീ പുസ്തകങ്ങൾ എന്റെ ചിന്തയെ മദിക്കുകയും മഥിപ്പിക്കുകയും ചെയ്തിട്ടുണ്ട്.

ചരിത്രവും ദർശനവും, മിത്തുമുണ്ട് ഓരോ മതത്തിലും. പിന്നെ കുറച്ച് കലയും സാഹിത്യവുമുണ്ട്. ദർശനത്തിന്റെ ഭാഗമാണ് മൂല്യസംഹിത. മൂല്യബോധത്തിൽ നിന്നാണ് ധാർമ്മികതയും സദാചാരവും ഉരുത്തിരിഞ്ഞു വരുന്നത്. മൃഗീയ വാസനകൾ കുടികൊള്ളുന്ന മനുഷ്യാവസ്ഥയെ മൂല്യാധിഷ്ഠിത ജീവിതനന്മകളിലൂടെ സ്വർഗ്ഗോന്മുഖമാക്കുക എന്നതാണ് മതങ്ങളുടെ ധർമ്മ ചര്യം.

Man is by his constitution, a religious animal (എമേഴ്സൺ). ജീവിതത്തിന്റെയും മരണത്തിന്റെയും സങ്കീർണ്ണമായ അവസ്ഥയെക്കുറിച്ച് പകച്ചു നില്ക്കുന്നവനു നല്കുന്ന ആശ്വാസമാണ് വിശ്വാസം. സാധാരണ മനുഷ്യനു വിശ്വാസം ആഴത്തിൽ ബോധ്യപ്പെടുവാൻ ആചാരാനുഷ്ഠാന കർമ്മങ്ങൾ വേണം. അത് യുക്തിയിൽ നിന്നു മുക്തമാവുമ്പോഴാണ് തലച്ചോറിലെ വേദനസംഹാരികളായ എൻഡോർഫിൻസ് പ്രവർത്തിക്കുന്നത്.

ഈ എൻഡോർഫിൻസ് മനുഷ്യശരീരത്തിൽ ഉല്പാദിപ്പിക്കപ്പെടുന്ന ഒരു തരം കറുപ്പാണ്. കുട്ടിക്കാലത്തും മതാചാരങ്ങളിൽ നിഷ്കളങ്കമായി പങ്കുചേർന്നതിന്റെ ഓർമ്മകൾ സൃഷ്ടിക്കുന്ന ബിംബങ്ങളുടേയും ശബ്ദങ്ങളുടേയും ഗന്ധങ്ങളുടെയും സാന്നിദ്ധ്യം വിശ്വാസിയല്ലാത്ത ഒരാളിൽപ്പോലും എൻഡോർഫിനുകളുടെ സാന്നിദ്ധ്യം പ്രതികരണങ്ങൾ സൃഷ്ടിക്കുന്നുണ്ട്. മനുഷ്യൻ മതത്തിലേയ്ക്ക് അറിയാതെ ചായുന്നതിന്റെ പൊരുളിതാണ്.

ന്യൂറോ സയൻസിനെ തിയോളജിയുമായി ബന്ധിപ്പിച്ച് ന്യൂറോ തിയോളജി എന്നൊരു ശാസ്ത്രശാഖ തന്നെയുണ്ട്. മതത്തിന്റെ ആദ്ധ്യാത്മികാനുഭൂതി വിശേഷങ്ങളാണ് അതു വിഷയമാക്കുന്നത്. 1998-ൽ ജയിംസ് എച്ച്. ഓസ്റ്റിൻ എഴുതിയ 'സെൻ ആൻഡ് ബ്രെയിൻ' എന്ന

പുസ്തകം ഈ ശാഖയ്ക്കു ആധികാരികത നൽകുന്നുണ്ട്. കാലിഫോർണിയാ യൂണിവേഴ്സിറ്റിയിലെ ന്യൂറോളജിസ്റ്റ് വി.എസ്. രാമചന്ദ്രൻ ആത്മീയാനുഭവങ്ങളെപ്പറ്റി ചില നിരീക്ഷണങ്ങൾ നടത്തിയിട്ടുണ്ട്.

കാണപ്പെടാത്ത ദൈവത്തെപ്രതി കാണപ്പെടുന്ന മനുഷ്യർക്കു വേണ്ടിയാണു മതം. സ്ഥാപനങ്ങൾക്കു അധികാരവും അധികാരികളുമുണ്ടായി. വൈദികർ, ദൈവത്തിന്റെ പ്രതിപുരുഷന്മാരായി, അധികാരികളായി. അധികാരം സ്ഥാപിക്കാൻ എളുപ്പവഴി ദൈവവിശ്വാസത്തിന്റെ പിൻബലത്തിൽ ആചാരാനുഷ്ഠാനങ്ങള പ്രതിഷ്ഠിക്കുക എന്നതാണ്. പരമാധികാരിയായ ദൈവത്തോടുള്ള വിധേയത്വത്തിന്റെ ഒരു വിഹിതം അതനുഷ്ഠിക്കുന്ന വൈദിക പുരോഹിത പൂജാരിക്കും കിട്ടണം. അതിനു വേണ്ടിയാണ് ആചാരത്തെ അന്ധമാക്കുന്നത്. അന്ധമായ വിശ്വാസങ്ങളിൽ നിന്ന് അനാവശ്യമായ ആചാരങ്ങൾ ഉണ്ടായിക്കൊണ്ടിരിക്കും. അജ്ഞാതവും അദൃശ്യവുമായ എല്ലാറ്റിനും വിശ്വാസത്തിന്റെ പിൻബലം നൽകി സംരക്ഷിക്കുവാൻ പുരോഹിതനും അദ്ദേഹത്തിന്റെ കൈവയ്പ്പ് അനുഗ്രഹമുള്ള ക്രിയകളും വേണം. നവീകരിക്കാൻ സമ്മതിക്കാത്ത മനസ്സിൽ അന്ധവിശ്വാസങ്ങളും അനാചാരങ്ങളും പെരുകിക്കൊണ്ടിരിക്കും. എന്നെ ഭരിക്കാൻ എനിക്ക് കഴിയാതെ വരുമ്പോൾ മറ്റാരെങ്കിലും എന്നെ ഭരിക്കും. ഞാൻ എന്റെ മാത്രം മതത്തിനും ആ മതാധികാരികൾക്കും എന്നും അടിമയായിരിക്കും. ഇവിടെ ദൈവത്തിനു വലിയ സ്ഥാനമൊന്നുമില്ല. സ്ഥാപിതമതത്തിന് അത് അത്ര അത്യാവശ്യവുമല്ല.

ദൈവമേ, ഞാനന്തിനാണു സുവിശേഷ സൗഭാഗ്യങ്ങളിൽ വീണ്ടും വീണ്ടും ജ്ഞാനസ്നാനം ചെയ്യുന്നു.

എന്തിനാണു കാരമസോവ് സഹോദരന്മാരും ദൈവത്തിന്റെ നിസ്സ്വനും സിദ്ധാർത്ഥയും പ്രവാചകനും മനുഷ്യപുത്രനായ യേശുവും ഗീതാഞ്ജലിയും നളിനിയും കളിയച്ഛനും കവിയുടെ കാല്പാടുകളും കണ്ണീരും കിനാവും വിശ്വദർശനവും ശിവതാണ്ഡവവും പിന്നെയും പിന്നെയും വായനയ്ക്കെടുക്കുന്നത്.

എന്തിനാണ് ഇന്നും ഞാനെന്റെ ജന്മഗൃഹത്തിന്റെ മുന്നിലെ തോട്ടുവക്കിൽപ്പോയി നിന്നു ബാല്യകൗതുകക്കണ്ണുകളോടെ വിസ്തൃതമായ പുഞ്ചപ്പാടങ്ങളെ നോക്കുന്നത്. കടൽത്തീരത്തും കായലോരത്തും പോയി വെറുതേ നോക്കിയിരിക്കുന്നത് എന്തുകാണാനാണ്. പടവുകളായി കിഴക്കേറെയുയർന്നു പോയി കടുനീല വിണ്ണിലലിയും മലകളെ കണ്ടിരിക്കാനാണോ ഇടയ്ക്കു കുട്ടിക്കാനം വരെ പോകുന്നത്. രാത്രിയുടെ ഏകാന്തയാമങ്ങളിൽ ലോകം മുഴുവൻ ഉറങ്ങുമ്പോൾ, ഉണർന്നിരുന്നു ഞാനെന്തിനാണു മെഹദി ഹസ്സന്റെ ഗസൽ കേൾക്കുന്നത്. വാൻ ഗോഗിന്റെ നക്ഷത്രരാത്രിയും സൂര്യകാന്തിപ്പൂക്കളും ഉരുളക്കിഴങ്ങു

തീറ്റക്കാരും നോക്കിയിരുന്ന് എന്തിനാണു ഞാൻ മനസ്സു വിഷാദം കൊണ്ടു നിറയ്ക്കുന്നത്. മനുഷ്യ നിർമ്മിതങ്ങളായ കൊട്ടാരദേവാലയങ്ങളു ള്ളപ്പോൾ അവയെ ഉപേക്ഷിച്ച് എന്തിനാണു മാങ്ങാനം ക്രൈസ്തവാശ്രമ വളപ്പിലുള്ള മരങ്ങളും പൂക്കളും കിളികളും പൂമ്പാറ്റകളും ചുവരുകളാകുന്ന നിരാഡംബര പുൽക്കൂടുപോലുള്ള ചാപ്പലിൽ പ്രാർത്ഥയ്ക്കു പോലുമല്ലാതെ വെറുതെ ഇരിക്കുന്നത്.

എനിക്കറിയില്ല, പക്ഷേ ഒന്നറിയാം. വ്യവസ്ഥാപിത മതവും അതിന്റെ വിചാരശൂന്യവും ആവർത്തനവിരസവുമായ ആചാരകർമ്മങ്ങ ളും കാലങ്ങളായി ഏല്പിക്കുന്ന അസ്വസ്ഥവും അസംതൃപ്തവുമായ ഏതോ മനോവിഷമങ്ങളിൽ നിന്നുള്ള വിമോചനം. പിന്നെ എന്റെ അന്തരാ ത്മാവിലെ അനിർവചനീയവും അപരിമേയവുമായ ദൈവകണത്തെ കണ്ടെത്താനുള്ള ശ്രമം.

"സാറെന്തായീയിരുട്ടത്ത്."

ഞാൻ ഞെട്ടിയുണർന്നു. ഒരു പാവം കർഷകന്റെ നിഴൽരൂപം. അദ്ധ്വാനത്തിന്റെ മണം.

ശരിയാണ്, ഞാനിരുട്ടത്താണ്.

പുഞ്ചപ്പാടത്തിന്റെ വിദൂരതുരുത്തുകളിൽ നക്ഷത്രപ്പൊട്ടുകൾ പോലെ കർഷകവിളക്കുകൾ.

കാറിൽ കയറി. മുന്നിൽ വഴി. "നീണ്ടൊരീ കർമ്മപാശഗതി കടന്നു പോകണം," (ആശാൻ, നളിനി) പിതൃഗേഹം പൂകാൻ.

●

മതം പറയാത്തത്

ഒന്ന്

മതം ഒരഭിപ്രായമാണ്. ഒരേ അഭിപ്രായത്തിൽപ്പെട്ട ഇഷ്ടക്കാരുടെ കൂട്ടായ്മയാണത്. ആ കൂട്ടായ്മയിലുള്ളവരുടെ ഏകവിശ്വാസത്തിന്റെ ധാർമ്മികതയും സദാചാരവുമാണത്. കാലങ്ങളുടെ ദേശങ്ങളുടെ സ്വരച്ചേർച്ചകളിലൂടെ, മനുഷ്യസംസ്കൃതിയുടെ ഇടപെടലുകളിലൂടെ, ഇടപാടുകളിലൂടെ ഉരുത്തിരിഞ്ഞുവന്ന സിദ്ധാന്തമാണത്. പല കാലങ്ങൾ, പല ദേശങ്ങൾ, പല വർഗ്ഗങ്ങൾ, വർണ്ണങ്ങൾ, വംശങ്ങൾ അങ്ങനെയങ്ങനെ, പല വിശ്വാസങ്ങൾ, പല സിദ്ധാന്തങ്ങൾ, പല മതങ്ങൾ, പല ദൈവങ്ങൾ.

വിശ്വാസം സ്വാഭാവികമാണ്. മനനം ചെയ്യുന്ന മനുഷ്യന്റെ നൈസർഗ്ഗിക ചോദനകളിൽ നിന്നാണ് അതു രൂപപ്പെടുന്നത്. മനുഷ്യന്റെ ആത്മാന്വേഷണത്തിന്റെ അനന്തരഫലമാണത്. അവന്റെ വൈകാരികാവശ്യങ്ങളുടെ തൃപ്തി അതിലുണ്ട്. അങ്ങനെ മതത്തിനൊരു ആത്മീയഭാവവും വൈകാരിക തലവുമുണ്ട്. ക്രമേണ മതത്തിന്റെ ആത്മീയത ഭൗതികമായി, വികാരം വിക്ഷോഭമായി. മതങ്ങളുടെ അസ്തിത്വത്തിനു ദൈവം മാത്രം പോരാ, ദൈവത്തെപ്രതിയുള്ള കുദാശകളും ബലികളും ആചാരങ്ങളും അനുഷ്ഠാനങ്ങളും പൂജകളും നിസ്കാരങ്ങളും വേണം. ഇവയുടെ സംസ്ഥാപനത്തിനു പൂജാരികളും പരികർമ്മികളും പുരോഹിതന്മാരും വേണം.

പല കാലങ്ങളിൽ പല ദേശങ്ങളിൽ രൂപംകൊണ്ട മതങ്ങളുടെ ആചാരാനുഷ്ഠാനങ്ങളിൽ പ്രകടമായ വ്യത്യാസങ്ങൾ വളരെ

സ്വാഭാവികം. അത്തരം മതങ്ങൾ ഒരേ കാലത്ത് ഒരേ ദേശത്ത് ഇടപെടുമ്പോൾ അഭിപ്രായവ്യത്യാസങ്ങളും സ്വാഭാവികം. അഭിപ്രായവ്യത്യാസങ്ങൾ കലഹത്തിനും കലാപത്തിനും നിമിത്തമാകുമെന്നുള്ളതും സ്വാഭാവികമാണ്. അജ്ഞരും അജ്ഞാനികളും അല്പരും അഹങ്കാരികളുമായ പാവം മനുഷ്യരുടെ വികാരപ്രകടനമായി അപ്പോൾ മതം അധപതിക്കുന്നു. ഇതിനെ ചൂഷണം ചെയ്ത് തങ്ങളുടെ അധീശത്വം ഉറപ്പിക്കാൻ കുത്സിതശക്തികൾ തയ്യാറാകുമ്പോൾ മതം ഭീഷണമായ രൂപം പ്രാപിക്കുന്നു.

മരണാനന്തരജീവിതവും ആ സ്വർഗ്ഗസാഫല്യത്തിനു ഭൂമിയിൽ മൂല്യാധിഷ്ഠിത ജീവിതക്രമങ്ങളും ധാർമ്മിക നിയമങ്ങളും മതം കൊണ്ടുവന്നു. ദയയും കാരുണ്യവും സ്നേഹവും വിശ്വസ്തതയും മതം പഠിപ്പിച്ചു. നല്ല അയൽക്കാരും പരോപകാരികളുമാകുവാൻ മതം ഉപദേശിച്ചു. മനുഷ്യന്റെ വാസനകളിലേയ്ക്കു വിശുദ്ധിയും ദൈവികതയും സംക്രമിപ്പിച്ചു. ജീവിതത്തിന്റെ തിന്മകളെ നേരിടാൻ, മരണത്തിന്റെമേൽ വിജയം നേടാൻ മനുഷ്യനെ സജ്ജമാക്കി. അതു മനുഷ്യനിനവിൽ പ്രത്യാശയും പൂർണ്ണതയും കാണിച്ചു കൊടുത്തു. അദ്ധ്വാനിക്കുന്നവർക്കും ഭാരം വഹിക്കുന്നവർക്കുമുള്ള അത്താണിയായി. ദരിദ്രർക്കും പീഡിതർക്കും ദുഃഖിതർക്കും രോഗികൾക്കും കാരാഗൃഹവാസികൾക്കും വസിക്കാനിടമില്ലാത്തവർക്കും വിശക്കുന്നവർക്കും ദാഹിക്കുന്നവർക്കുമുള്ള അനുഗ്രഹമായി. ഇനി ദൈവമില്ലെങ്കിൽ നമ്മൾ ദൈവത്തെ സൃഷ്ടിക്കുകതന്നെ വേണമെന്നു വോൾട്ടയറെക്കൊണ്ടുപോലും പറയിപ്പിച്ചു.

ഞാനല്ലാതെ മറ്റൊരു ദൈവം നിനക്കുണ്ടാകരുത് എന്ന ഏകദൈവശാഠ്യത്തിന്റെ കുഞ്ഞാടുകളായി, എന്റെ മതമാണു ശരി, എന്റെ മതത്തിനപ്പുറത്തുള്ള മതങ്ങളൊന്നും ശരിയല്ല എന്ന തീവ്രവാദത്തിനു ഇരകളായി, ആത്മാവിൽ ഒന്നുതന്നെയായ മതങ്ങൾ ഭൗതികതയിൽ വിഭിന്നങ്ങളായി, വൈരം, അസഹിഷ്ണുത, വെറുപ്പ്, ദേഷ്യം, വിഭജനങ്ങൾ, രക്തസാക്ഷിത്വങ്ങൾ, അങ്ങനെയെങ്ങനെ പിന്നെയും പിന്നെയും മതങ്ങൾ....

രണ്ട്

ഇക്കഴിഞ്ഞ ഒക്ടോബർ രണ്ടിന്, ഗാന്ധിജയന്തി ദിനത്തിൽ ആസിയാൻ കരാറിനെതിരെ മാർക്സിസ്റ്റു കമ്മ്യൂണിസ്റ്റു പാർട്ടി മനുഷ്യച്ചങ്ങല തീർത്ത ദിനത്തിൽ, രാവിലെ പത്തരയ്ക്കു, കുമരകം ബാക്ക് വാട്ടർ റിപ്പൾസിൽ ഞാൻ കാത്തിരുന്നു. താമസിയാതെ ഓട്ടോറിക്ഷയിൽ പരിചയത്തിൽപ്പെട്ട ഫ്രഞ്ചുദമ്പതികൾ വന്നിറങ്ങി.

ജാക്കുസ് ബോനിസീൽ, പാരീസിൽ താമസിക്കുന്നു. ഇപ്പോൾ പാരീസിൽ 'ഗംഗ ടൂറിസം യൂട്രിമെന്റ്' എന്ന ട്രാവൽ കമ്പനി നടത്തുന്നു. ഭാര്യയും ഉദ്യോഗസ്ഥയായിരുന്നു. റിട്ടയർ ചെയ്തു. ഇപ്പോൾ ഈ ദമ്പതികൾ ഇന്ത്യയിൽ മൂന്നാംവട്ടം സന്ദർശനത്തിലാണ്. കേരളത്തിൽ രണ്ടാംവട്ടം വരുന്നു. കുമരകത്ത് ആദ്യം വരികയാണ്.

മഴയിൽ ഞാൻ കാറോടിച്ചു. കുമരകത്തിന്റെ ഉൾവഴികളിലൂടെ ഗ്രാമജീവിതദൃശ്യങ്ങളിലൂടെ ഞാൻ സഞ്ചരിച്ചു. തോട്ടിൽകരയിലെ റസ്റ്റോറന്റിലിരുന്നു വാഴയിലയിൽ പൊള്ളിച്ചെടുത്ത കരിമീൻ രുചിച്ചു. പിന്നെ വയൽ നടുവിലൂടെ കോട്ടയത്തേക്ക്, മീനച്ചിലാറിന്റെ തീരത്തുകൂടെ, ഈ മീനച്ചിലാർ 'ഗോഡ് ഓഫ് സ്മോൾ തിങ്സ്' എന്ന നോവലിലൂടെ പ്രശസ്തമാണെന്നു ഞാൻ സൂചിപ്പിച്ചു. ദമ്പതികൾ, അരുന്ധതി റോയിയുടെ നോവൽ വായിച്ചു രസിച്ചിരിക്കുന്നു. വളരെ സന്തോഷത്തോടെ ജാക്കുസ് ചാറ്റൽ മഴയിൽ നിന്നു മീനച്ചിലാറിനെ ക്യാമറയിൽ നിറച്ചു. പിന്നെ കോട്ടയം താഴത്തങ്ങാടി ഇടയ്ക്കാട്ടു ഫൊറോനാപള്ളിയുടെ പഴമയിലൂടെ, വലിയ പള്ളിയുടെ കുന്നിൽമുകളിലെത്തി. തൊട്ടപ്പുറത്തു ചങ്ങനാശ്ശേരി രൂപതയുടെ കത്തോലിക്കാപള്ളി കണ്ടു. തൊട്ടുതാഴെ ഇടയ്ക്കാട്ടുപള്ളി കണ്ടു. തൊട്ടുതാഴെ ഇടയ്ക്കാട്ടുപള്ളിയുടെ സിമിത്തേരിയിൽ മരണത്തിന്റെ നിറമുള്ള മഞ്ഞപ്പൂക്കൾ. താഴത്തങ്ങാടി മുസ്ലീംപള്ളിയിൽ നിന്നുള്ള വാങ്കുവിളി. തളയിൽക്കോട്ട ക്ഷേത്രത്തിലെ വഴിപാടു വെടി കേട്ട് പേടിച്ചു പറക്കുന്ന പ്രാവുകൾ.

മഴ മാറിയിരുന്നു. ചൂടുകുറഞ്ഞ വെയിൽ പരന്നിരുന്നു. ഞങ്ങളുടെ വർത്തമാനം ഇന്ത്യയിലെ കേരളത്തിലെ മതങ്ങളിലേക്കു വഴിമാറി. കോട്ടയം താഴത്തങ്ങാടി രണ്ടു കിലോമീറ്റർ ചുറ്റളവിൽ ഇരുപതോളം ക്രിസ്തീയ ദേവാലയങ്ങളുണ്ടെന്നു ഞാൻ പറഞ്ഞു. അതവർക്കു ആശ്ചര്യമായി. ക്രിസ്തു വിഭജിക്കപ്പെട്ടിരിക്കുന്നു; അതോ ക്രിസ്തുവിൽ വിശ്വാസികൾ മുറിക്കപ്പെട്ടിരിക്കുന്നുവോ? 80 ശതമാനത്തോളം ഹിന്ദുക്കളുള്ള ഇന്ത്യ, ലോകമുസ്ലീം ജനസംഖ്യയിൽ മൂന്നാം സ്ഥാനത്താണെന്നു ഞാൻ പറഞ്ഞതു അവർക്കു പുതിയ അറിവായിരുന്നു.

അഫ്ഗാനിസ്ഥാനും, താലിബാനും, ഇന്ത്യാവിഭജനവും, ബാബ്റി മസ്ജിദും ബി.ജെ.പിയും ഗുജറാത്തും നരേന്ദ്രമോഡിയും, ബോംബെ സ്ഫോടനങ്ങളും, കേരളത്തിലെ മാറാടും, അങ്ങനെയങ്ങനെ മതങ്ങളുടെ ശത്രുതകളിലൂടെ ഞങ്ങൾ കടന്നുപോയി. ഫ്രഞ്ചു ദമ്പതികളുടെ ഈ മൂന്നാമത്തെ ഇന്ത്യാ സന്ദർശനത്തിൽ അവർ ശ്രദ്ധിച്ച ഒരു കാര്യം, ഇതിനു മുൻപു ഇന്ത്യയിൽ വന്നതിനേക്കാൾ കൂടുതൽ മതത്തിലും മതസംബന്ധമായ ചിഹ്നങ്ങൾക്കും കൈവന്ന പ്രാധാന്യവും സ്വാധീനവുമാണ്, ഞാനുമതു സമ്മതിച്ചു. വിവേകാനന്ദനെക്കുറിച്ചും

നാരായണഗുരുവിനെക്കുറിച്ചും ഞാൻ പറഞ്ഞു. നമ്പൂതിരിയെ മനുഷ്യനാക്കാനും മനുഷ്യനെ സ്വതന്ത്രനാക്കാനും ശ്രമിച്ച കേരളത്തിലെ നവോത്ഥാന പ്രസ്ഥാനത്തെക്കുറിച്ചും ഞാൻ വിവരിച്ചു.

എന്റെ ജന്മഗൃഹത്തിന്റെ പഴമയെ ഫ്രഞ്ചുക്യാമറ ഒപ്പിയെടുത്തു. ജന്മഗ്രാമമായ നീണ്ടൂരിന്റെ തോടുകളിൽ ഞങ്ങൾ വള്ളം തുഴഞ്ഞു. പിന്നെ കല്ലറ, പെരും തുരുത്ത് ഗ്രാമങ്ങളുടെ വിശാലമായ നെൽപ്പാടങ്ങളുടെ ഹൃദയഹാരിയായ ദൃശ്യങ്ങളിലൂടെ സഞ്ചരിച്ചു. സന്ധ്യയുടെ സാന്നിദ്ധ്യത്തിൽ ഞങ്ങൾ തണ്ണീർമുക്കം ബണ്ടിലേക്കു പോവുകയായിരുന്നു. ആളുകളെ കുത്തിനിറച്ചു എതിരെവന്ന വാഹനങ്ങൾ മനുഷ്യച്ചങ്ങലയുടെ ബാക്കിപത്രമാണെന്നറിഞ്ഞപ്പോൾ ജാക്കുസ് പറഞ്ഞു. കക്ഷിരാഷ്ട്രീയത്തിനതീതമായൊരു രാഷ്ട്രം, മതാതീതമായൊരു മതവും ദൈവവും, രണ്ടും എന്നും സങ്കല്പങ്ങളായിരിക്കുമോ? നോക്കൂ, നാനാജാതിയിൽപ്പെട്ട ഈ പറവകൾ ഈ തെങ്ങോലകളിൽ പറന്നിരുന്നു. ഇണക്കത്തിൽ കഴിയുന്ന നാനാജാതിയിൽപ്പെട്ട മനുഷ്യരും ഇതേപോലെ ഇണക്കത്തിൽ.....

ഓക്ടോബറിന്റെ സന്ധ്യയ്ക്കുമേൽ നേരത്തേ വന്ന ഇരുട്ടു പരന്നുകഴിഞ്ഞു.

മൂന്ന്

"ഞാനാണു വഴിയും സത്യവും ജീവനും എന്നിലൂടെയല്ലാതെ ആരും എന്റെ പിതാവിന്റെ പക്കൽ എത്തുകയില്ല. ഇതു ഈശോയാണു പറഞ്ഞത്. നമ്മളൊക്കെ ഈശോയുടെ ആളുകളാണ്. ഈശോയിലൂടെ നമ്മുക്കു സ്വർഗ്ഗത്തിൽപ്പോകാം. ഈശോയിൽ വിശ്വസിക്കാത്തവർക്കു സ്വർഗ്ഗത്തിപ്പോകാനാവില്ല."

മണ്ണാർക്കാട്ടിൽ അച്ചസാറ്, ഒരു ഞായറാഴ്ച ഞങ്ങളെ വേദപാഠം പഠിപ്പിക്കുകയാണ്. നീണ്ടൂർ സെന്റ് മൈക്കിൾസ് എൽ.പി. സ്കൂളിൽ.

ഞാനിന്ന് സ്കൂളിൽ നാലാം ക്ലാസ്സ് വിദ്യാർത്ഥിയാണ്. അച്ചസാറും ഈ സ്കൂളിലെ അധ്യാപികയാണ്. നാലാംക്ലാസ്സിലെ മുറിയിലാണ് ഞങ്ങളുടെ വേദപാഠക്ലാസ്സും. ഈ ക്ലാസ്സുമുറിയിൽത്തന്നെയാണ് അവറാച്ചനും തോമ്മാച്ചനും കറിയാച്ചനും ഗോപിയും കൃഷ്ണനും, ദാമോദരനും, നാരായണനും, കൗസല്യയും, ലക്ഷ്മിയും, നളിനിയും മറ്റും എന്നോടൊപ്പം പഠിക്കുന്നത്.

"അപ്പോ ഗോപിയും കൃഷ്ണനും കൗസല്യയുമൊന്നും സ്വർഗ്ഗത്തിപ്പോവൂല്ലേ?''

ഞാനെഴുന്നേറ്റു നിന്നു. നിഷ്കളങ്കമായ ചോദ്യത്തോടെ.

“അവരു ഹിന്ദുക്കൾ, ചോകോന്മാര്, ഈശോയിൽ വിശ്വസിക്കാത്തവര്, അവരു ഈശോയുടെ സ്വർഗ്ഗത്തിൽപ്പോവൂല.”

അച്ചസാറിന്റെ സംശയമില്ലാത്ത ഉത്തരം.

വേദപാഠം കഴിഞ്ഞു അച്ചസാറ് എന്നെ വിളിച്ചുമാറ്റി നിറുത്തി നെറുകയിൽ തലോടി ചെവിയിൽ പതുക്കെ പറഞ്ഞു: “മത്തച്ചനിങ്ങനെയൊന്നും ചോദിക്കരുത്. ഈശോ പിണങ്ങും.”

എന്റെ അടുത്ത കൂട്ടുകാരനും സഹപാഠിയുമായ ഗോപിയും ഗോപിയുടെ ചേട്ടന്മാരായ കുമാരനും പപ്പനും അവരുടെ അച്ഛനോടും അമ്മയോടുമൊപ്പം, വെള്ളം പൊങ്ങുമ്പോൾ അവരുടെ കുടിലിൽനിന്നും വന്ന ഞങ്ങളുടെ വീടിന്റെ ഉരൽപ്പുരയിലും കിഴക്കേപ്പുരയിലും താമസിക്കും. മിഥുനം കർക്കിടക മാസങ്ങൾ എനിക്ക് ഏറെ സന്തോഷം തന്നിരുന്നു. കാരണം ഗോപിയോടൊപ്പം ചാണകം മെഴുകിയ നിലത്തു തഴപ്പായിൽ കിടക്കാം, മഴയത്തു ഓടിച്ചാടി കളിക്കാം, ഗോപിയുടെ അമ്മ പാറുവമ്മയുടെ മീൻകറി കൂട്ടാം. ഗോപിയുടെ അച്ഛൻ മാധവച്ചോകോൻ വലവീശി പിടിച്ചോണ്ടുവരുന്ന മീനാണത്.

ഓണത്തിനും വിഷുവിനും ഗോപിയുടെ വീട്ടിലാണ് എന്റെ ഊണ്, ക്രിസ്മസ്സിനും ഈസ്റ്ററിനും ഗോപിയും ചേട്ടന്മാരും എന്റെ വീട്ടിലാണ് ഊണ്. സെക്കൻഡ് ഫോമിൽ പഠിക്കുമ്പോൾ എനിക്കു ന്യൂമോണിയാ വന്നപ്പോൾ ഗോപിയാണു എനിക്കു കൂട്ടിരുന്നത്. സ്കൂളിൽപ്പോലും പോകാതെ. ഭേദവിചാരങ്ങളില്ല, സ്നേഹ വിചാരങ്ങളേയുള്ളൂ. ജാതിചിന്തകളില്ല, ജാത്യാലുള്ള മനോഭാവങ്ങളേയുള്ളൂ.

ഞാൻ കോളേജിലെത്തുമ്പോൾ മർത്തോമ്മക്കാരനായ മാത്തുക്കുട്ടി കോശിയും, ലാറ്റിൻ കത്തോലിക്കനായ അർബനും യാക്കോബായക്കാരനായ ബിനോയ് ചാത്തുരുത്തിയും വടക്കനായ ടി.സി ഫിലിപ്പും നായന്മാരായ വി.പി. ശിവകുമാറും, നരേന്ദ്രപ്രസാദും, ഡി.വിനയചന്ദ്രനും ഈഴവരായ എൻ.സുഗതനും, സി.ആർ ഓമനക്കുട്ടനും, മുസ്ലീംങ്ങളായ അലിയാരും, ബഷീറും അങ്ങനെ ഭേദങ്ങളിൽ അഭേദത്തിന്റെ രക്തബന്ധങ്ങളുണ്ടായി. അവരെന്നെ വായിക്കുവാനും ചിന്തിക്കുവാനും സ്വപ്നം കാണാനും പഠിപ്പിച്ചു. കണ്ണീരിനും കിനാവിനും ചിരിക്കും പൊട്ടിച്ചിരിക്കും യാത്രയ്ക്കും സൗഹാർദ്ദത്തിലും ഭക്ഷിക്കുന്നതിനും പാനം ചെയ്യുന്നതിനും തൊട്ടിരിക്കുന്നതിനും തൊട്ടുകൂടുന്നതിനും നേരകാലങ്ങളില്ലെന്ന് നിറഭേദങ്ങളില്ലെന്ന് അവരെന്നെ ബോദ്ധ്യപ്പെടുത്തി. എന്റെ മതത്തിന്നപ്പുറത്തു വേറെ മതങ്ങളുണ്ടെന്നും എന്റെ സമുദായത്തിന്നപ്പുറത്തു വേറെ സമുദായങ്ങളുണ്ടെന്നും എന്റെ ദൈവത്തിന്നപ്പുറത്തു വേറെ ദൈവങ്ങളുണ്ടെന്നും അവരെനിക്കു ബോധോദയം നൽകി. ബൈബിൾ

മാത്രമല്ല ഖുറാനും ഗീതയും ഉപനിഷത്തുകളും വായിക്കാൻ അവരെന്നെ പ്രേരിപ്പിച്ചു. ഡോസ്റ്റോവ്സ്കിയും കസാൻദ്സാക്കീസും ഖലീൽ ജിബ്രാനും ആന്റൺ ചെക്കോവും ജെ. കൃഷ്ണമൂർത്തിയും ഓഷോയും നിഷേയും നിത്യചൈതന്യയതിയും സെബാസ്റ്റ്യൻ കാപ്പനും എനിക്കു പ്രിയപ്പെട്ടവരാകുവാനും അവർ നിമിത്തമായി.

മതാതീതമായൊരു മനസ്സിൽ മതാതീതമായൊരു ദൈവത്തെ പ്രതിഷ്ഠിക്കുമ്പോൾ ഞാനും ദൈവവും തമ്മിൽ ഭേദമില്ലെന്നു ഇന്നു ഞാനറിയുന്നു. മതങ്ങളുടെ കരങ്ങൾക്കൊണ്ടു നിർമ്മിച്ച ആലയങ്ങളിലല്ല ദൈവം വസിക്കുന്നതെന്നും ദൈവത്തിന്റെ യഥാർത്ഥ ആലയം ഞാനാണെന്നും എനിക്കു ബോദ്ധ്യപ്പെട്ടിരിക്കുന്നു. എളിയവരിൽ എളിയവനു ചെയ്യുന്നതെന്തും ദൈവശുശ്രൂഷയാണെന്നുള്ള പരംപൊരുൾ ഞാനിന്ന് ഉൾക്കൊള്ളുന്നു. മതത്തിനൊരു ആത്മാവുണ്ടെന്നും ആ ആത്മാവും എന്നാത്മാവും ഒന്നിച്ചു വിശ്വപ്രകൃതിയുടെ അന്തരാത്മാവിൽ ലയിക്കുമ്പോൾ ഞാൻ ദൈവമഹത്വത്തിലെത്തുന്നുവെന്നും ഞാനിന്നു മനസ്സിലാക്കുന്നു.

സ്വതന്ത്രമായ ആത്മഗീതം ഒഴുകിവരുന്നത് അഴികൾക്കിടയിലൂടെയല്ല, ആഴിപ്പരപ്പിനുപരി വിശാലതയിലൂടെയാണ്.

●

വയലാറിന്റെ പ്രാർത്ഥന

ഒരു ദിവസം സന്ധ്യയിൽ ഞാൻ നടക്കാനിറങ്ങി. സൗകര്യം കിട്ടുമ്പോഴൊക്കെ വെറുതെയൊന്നു നടക്കുക എനിക്കിഷ്ടമാണ്. എങ്ങോട്ടു നടക്കാനിറങ്ങിയാലും അവിടെല്ലാം നാനാതരം വാഹനങ്ങളുടെ ശല്യമാണ്. അതുകൊണ്ട് ഇടവഴികളാണ് എനിക്ക് പ്രിയം.

അന്നു തിരികെയുള്ള നടപ്പ് അല്പം താമസിച്ചുപോയി. വഴിക്കുവച്ച് ഒരു സുഹൃത്തിനെ കണ്ടു. അയാളെ കണ്ടിട്ട് കുറച്ചു നാളായി. അതുകൊണ്ട് കുറെ വർത്തമാനം പറഞ്ഞ് നിന്നു. ഒക്ടോബർ മാസത്തിന്റെ അവസാനമായതുകൊണ്ട് നേരത്തേ ഇരുട്ടും വീണു.

അങ്ങനെ വീട്ടിലേക്കു തിരിച്ചു നടക്കവേ, വഴിയോടു ചേർന്നുള്ള ഒരു വീടിന്റെ സ്വീകരണമുറിയിൽനിന്നു ഒരു പാട്ടുകേട്ടു. 'നിത്യവിശുദ്ധയാം കന്യാമറിയമേ...' തുറന്നു കിടന്ന വാതിലിലൂടെ എനിക്കു കാണാം. രണ്ടു കുട്ടികൾ, ചേച്ചിയും അനുജനും തൊട്ടു ചേർന്നിരുന്നു പ്രാർത്ഥനാപൂർവ്വം പാടുന്നു. അവർക്കു പിന്നിൽ അവരുടെ വല്യമ്മയുണ്ട്. അമ്മയെ കണ്ടില്ല, അപ്പനെയും. അമ്മ അടുക്കളയിലാവും. അപ്പൻ ജോലി കഴിഞ്ഞു വന്നു കാണില്ല. അല്ലെങ്കിൽ ഏതെങ്കിലും ബാറിൽ കൂട്ടുകാരോടൊത്ത്...

ഭക്തിരസത്തിൽ പാടുന്ന ഈ പാട്ടിനെക്കുറിച്ചു ഈ കുട്ടികൾക്കെന്തറിയാം. നിത്യവിശുദ്ധയാം കന്യാമറിയമേ നിൻനാമം വാഴ്ത്തപ്പെടട്ടെ, നന്മനിറഞ്ഞ നിൻ സ്നേഹവാത്സല്യങ്ങൾ ഞങ്ങൾക്കനുഗ്രഹമാകട്ടെ.... അവർ പാടുന്നു. കാറ്റു വിതച്ചു കൊടുങ്കാറ്റു കൊയ്യുന്ന മേച്ചിൽപ്പുറങ്ങളിലൂടെ നാളെ അവരുടെ ജീവിതം അലയേണ്ടതല്ലേ.

ഈ ഗാനം എഴുതിയത് വയലാർ രാമവർമ്മയാണ്, നദി എന്ന സിനിമയ്ക്കുവേണ്ടി 1969—ൽ. 48 വർഷങ്ങൾക്കുശേഷം ഇന്നും ഈ ഗാനം നിത്യേന എന്ന വണ്ണം ക്രൈസ്തവജീവിത പ്രാർത്ഥനയുടെ ഭാഗമാണ്.

പെട്ടെന്ന് എന്റെ മനസ്സ് ഒരോർമ്മയിലുടക്കി. ഇന്ന് ഒക്ടോബർ 27. വയലാർ മരിച്ച ദിനം. 1975 ഒക്ടോബർ 27നാണല്ലോ അകാലത്തിൽ ആ പ്രതിഭ പൊലിഞ്ഞത്.

വയലാർ രാമവർമ്മ ഈശ്വരവിശ്വാസിയായിരുന്നില്ല. ഒരു ഭക്താനുഷ്ഠാനങ്ങളും ചെയ്തിട്ടില്ല. ക്രിസ്ത്യാനിപോലുമല്ലാത്ത അദ്ദേഹം എങ്ങനെയാണ് ഇത്രയധികം ബൈബിൾ ബിംബങ്ങൾ പാട്ടുകളിൽ ഹൃദയാവർജ്ജകമായി സന്നിവേശിപ്പിച്ചത്. അതൊരു ജോലിയുടെ ഭാഗമെന്ന നിലയിലാണെങ്കിലും കാലാതിവർത്തിയായി ഭാവഗരിമയോടെ ഇത്രമാത്രം ഭക്തിസാന്ദ്രമായ വരികളെഴുതാൻ അദ്ദേഹത്തിനു എങ്ങനെ കഴിഞ്ഞു. പ്രതിഭയുടെ അനുഗ്രഹമാണെന്നു പറയാം. അപ്പോഴും ആ പ്രതിഭയിൽനിന്നു വരുന്ന വാക്കുകളിൽ എങ്ങനെയാണ്, ഈശ്വരവിശ്വാസിയല്ലാത്ത ഒരാളിൽനിന്ന് ഇത്രമാത്രം ഭക്തിചൈതന്യം നിറയുന്നത്.

ഫ്രാൻസീസ് മാർപാപ്പ ഈശ്വരന്റെ ഒന്നാം പ്രതിപുരുഷനാണ്. ആ മാർപാപ്പയുടെ വാക്കുകൾ ഇങ്ങനെയാണ്. 'കപടനാട്യക്കാരനായ ഈശ്വരവിശ്വാസിയേക്കാൾ യഥാർത്ഥ ഈശ്വരവിശ്വാസി, ഈശ്വരവിശ്വാസിയല്ലാത്ത നല്ല മനുഷ്യനാണ്.'

ഈശ്വരവിശ്വാസികളാണ്. ഈശ്വരനെത്തേടി ദൂരദൂരങ്ങളിലേക്കു അലയുന്നത്. കസ്തൂരിമാൻ, കാട്ടിലൂടെ ഓടുകയാണ്. എവിടെനിന്നാണ് ഈ കസ്തൂരി ഗന്ധം വരുന്നതെന്നു അറിയുവാൻ. അതറിയുന്നില്ല ആ സുഗന്ധം തന്നിൽത്തന്നെ കുടികൊള്ളുന്നതാണെന്ന്. ഈശ്വരനെ തേടിത്തേടി അലയുന്നവരെല്ലാം അറിയുന്നില്ല ഈശ്വരൻ തന്നിൽത്തന്നെയെന്ന്.

നല്ലവനും നിഷ്കളങ്കനുമായ മനുഷ്യനെത്തേടി ഈശ്വരൻ വരും, അയാൾ ഈശ്വരനെ തേടുന്നവനല്ലെങ്കിലും. വയലാർ ഈശ്വരനെ തേടി നടന്നില്ല. പക്ഷേ ഈശ്വരൻ അദ്ദേഹത്തെ തേടി വന്നിരുന്നു. ദൈവത്തിന്റെ കൈയൊപ്പ് പതിയാത്ത ഹൃദയത്തിൽനിന്നു ഒരിക്കലും ദൈവികമായ വെളിപാടുകൾ വരില്ല. വയലാറിന്റെ ഹൃദയദ്രവീകരണ ശക്തിയുള്ള വാക്കുകൾ പുറപ്പെട്ടത് ഈ വെളിപാടുകളിൽ നിന്നാണ്. നാല്പതു വർഷത്തോളം മാത്രം ജീവിച്ച ഒരു മനുഷ്യനിൽനിന്ന് ആ ചെറിയ ആയുസ്സിലെ ഇരുപതു വർഷത്തിനിടയിൽ നിന്നാണ് ആയിരത്തിലേറെ നിത്യസുരഭിലങ്ങളായ ഗാനങ്ങൾ ഒഴുകിവന്നത്, പ്രകൃതിഗാനങ്ങളും പ്രണയഗാനങ്ങളും വിപ്ലവഗാനങ്ങളും ഭക്തിഗാനങ്ങളും.

ആകാശങ്ങളിലിരിക്കും ഞങ്ങടെ അനശ്വരനായ പിതാവേ... (നാടൻ പെണ്ണ്, 1967)
മുൾക്കിരീടമിതെന്തിനു നൽകി സ്വർഗ്ഗസ്ഥനായ പിതാവേ. . (ഭാര്യ, 1962)
ബാവയ്ക്കും പുത്രനും പരിശുദ്ധറൂഹായ്ക്കും സ്തുതിയായിരിക്കട്ടെ... (മകനേ നിനക്കുവേണ്ടി, 1971)
അത്യുന്നതങ്ങളിലിരിക്കും ദൈവമേ... (ചലനം, 2974)
സ്നേഹത്തിൻ ഇടയനാം യേശുവേ... (അഴകുള്ള സെലീന)
ദുഃഖിതരേ പീഡിതരേ.... (തോമാശ്ലീഹാ, 1975)
യെരുശലേമിൻ നാഥാ... (സ്ഥാനാർത്ഥി സാറാമ്മ, 1996)
ഉരുകി ഉരുകി ഉരുകിത്തെളിയും മെഴുകുതിരികളേ... (അന്ന, 1964)
നന്മനിറഞ്ഞ മറിയമേ... (ബോബനും മോളിയും, 1971)
വിശുദ്ധനായ സെബാസ്റ്റ്യാനോസേ.... (പേൾവ്യൂ, 1970)
ഈശോ മറിയം യൗസേപ്പേ... (മയിലാടുംകുന്ന്, 1972)
യെരുശലേമിൻ നായകനെ ഇനി എന്നു കാണും...(റബേക്ക, 1964)
വെള്ളിക്കുരിശ് വലംകൈയിൽ ഉയർത്തും... (ചുക്ക്, 1973)
ആകാശത്തിലെകുരുവികൾ വിതയ്ക്കുന്നില്ല... (റബേക്ക, 1963)
ബലിയല്ല എനിക്കു വേണ്ടത്... (റബേക്ക, 1963)

ഇങ്ങനെ എത്രയെത്ര ബൈബിൾ ദർശന ക്രിസ്തീയ ഗാനങ്ങൾ അരനൂറ്റാണ്ടിനുമുമ്പ് വയലാർ രാമവർമ്മ നമുക്കായി എഴുതിയിട്ടു. ഈ ഗാനങ്ങളെ വെല്ലുന്ന ക്രിസ്തീയ ഗാനങ്ങൾ, ഈശ്വരവിശ്വാസികളായ ക്രിസ്ത്യാനികൾക്ക് ഇക്കാലത്തിനിടയിൽ എത്രയെണ്ണം എഴുതാൻ കഴിഞ്ഞു.

വയലാറിനു ഇങ്ങനെയൊക്കെ എഴുതാൻ കഴിഞ്ഞത്, "സ്നേഹിക്കയില്ല ഞാൻ നോവുമാത്മാവിനെ സ്നേഹിച്ചിടാത്തൊരു തത്വശാസ്ത്രത്തെയും' എന്നു സ്വയം വിശ്വസിച്ചതുകൊണ്ടാണ്. അദ്ധ്വാനിക്കുന്നവരെയും ഭാരം ചുമക്കുന്നവരെയും ദുഃഖിതരെയും നിന്ദിതരെയും പീഡിതരെയും സ്നേഹിക്കുന്ന, പരസ്നേഹത്തിന്റെ ദൈവികമായൊരു തത്വശാസ്ത്രം ആ ആത്മാവിലുണ്ടായിരുന്നു. ആ ആത്മാവിന്റെ പ്രചോദനത്തിൽ നിന്നാണ് ഇങ്ങനെയൊക്കെ എഴുതിയത്. 'ദുഃഖിതർക്കായി വാഗ്ദാനം കിട്ടിയ സ്വർഗ്ഗകവാടത്തിൻ മുന്നിൽ മുൾമുടി ചൂടി കുരിശും ചുമന്നു ചെന്നു മുട്ടിവിളിക്കുന്ന' ഒരു നോവുമാത്മാവ് വയലാർ രാമവർമ്മ എന്ന പാവം കവിയിൽ ഉണ്ടായിരുന്നു.

"നോവുതിന്നും കരളിനേ പാടുവാനാവൂ, നിത്യമധുരമായ് ആദ്രമായി," എന്നു നാം തിരിച്ചറിയുന്നു.

●

വിപണിയുടെ ക്രയവിക്രമങ്ങൾ

അമേരിക്കൻ സാമ്പത്തിക ശാസ്ത്രജ്ഞനായിരുന്ന ക്രിസ്റ്റിൻ ഫെഡറിക് എഴുതിയ ഒരു പുസ്തകമാണ് 'മിസസ് കൺസ്യൂമർ'. 1929-ൽ പ്രസിദ്ധീകരിച്ച ഈ പുസ്തകത്തിൽ ഫെഡറിക് അന്നേ പ്രവചിച്ചിരുന്നു, ഇരുപതാം നൂറ്റാണ്ടിന്റെ അന്ത്യകാലം ആഗോളീകരണം കൊണ്ടുവരുന്ന സ്വകാര്യവത്ക്കരവണവും ഉദാരവത്ക്കരണവും ലോകത്തിനു ഒരു വിപണി സംസ്കാരം സമ്മാനിക്കുമെന്ന്, പ്രധാനമായും വീട്ടമ്മമാരായിരിക്കും അതിന്റെ മുന്നണിപ്പോരാളികളാവുകയെന്നും.

ആ പ്രവചനം പൂർത്തീകരിച്ചതിന്റെ കേളികൊട്ടാണ് ജീവിതത്തിന്റെ സമസ്തമേഖലകളിലും നാമിന്ന് കേട്ടുകൊണ്ടിരിക്കുന്നത്. ലോകമാകെ ഒരു വലിയ ചന്തയായി പരിണമിച്ചിരിക്കയാണ്. നമ്മുടെ സ്വപ്നങ്ങൾ വരെ വില്പനയിലും ലേലം വിളിയിലുമാണ്. ഒരു ഭ്രാന്തൻ വേഗം നമ്മെ എന്തിനോ എങ്ങോട്ടോ കൂട്ടിക്കൊണ്ടുപോകുന്നു. ആ ഓട്ടത്തിനൊപ്പം ഓടാൻ വയ്യാത്തവർക്കും ഓടാതെ വയ്യെന്നായിരിക്കുന്നു. കാലത്തിന്റെ ഈ പരിണാമദിശയിൽ നമ്മുടെ സാമൂഹിക സാമ്പത്തിക മേഖലകളിൽ രൂപപ്പെട്ട അസമത്വം അതികഠിനമായ സമ്മർദ്ദമാണു മനസ്സുകളിൽ ഏല്പിക്കുന്നത്. ആധുനീകത മുന്നിൽ വേഗത്തിൽ വന്നു സങ്കീർണ്ണവും സംഘർഷ ഭരിതവുമായ ഒരു ജീവിതശൈലിയിൽ കുടുക്കി ദുർബല വ്യക്തിത്വങ്ങളുടെമേൽ ആഘാതം സൃഷ്ടിക്കുകയാണ്. ക്രൈം റിക്കാർഡ്സ് ബ്യൂറോകളുടെ കണക്കനുസരിച്ച് കേരളത്തിൽ ആത്മഹത്യകൾ അധികരിക്കുന്നു, മനോരോഗികൾ കൂടുന്നു.

കമ്പോളാധിഷ്ഠിതമായ ആവിഷ്ക്കാരങ്ങളുടെ വർണ്ണപ്പകിട്ടാർന്ന അടയാളങ്ങളാണു പ്രലോഭനംപോലെ ചുറ്റും. മൂലധന താല്പര്യങ്ങളുടെ

അപ്രതിരോധമായ രഥയോട്ടമാണു മുന്നിൽ. എന്തും ഏതും ആവശ്യത്തിനോ അനാവശ്യത്തിനോ വാങ്ങിക്കൂട്ടാനുള്ള മോഹാവേശത്തിലാണു നമ്മൾ. ഇത് ഒരർത്ഥത്തിൽ അസ്വസ്ഥവും അസംതൃപ്തവുമായ ഒരു മനോഘടനയുടെ അനന്തര നടപടിയാണ്. ഇതും ഒരു മനോരോഗം തന്നെയാണ്, രോഗി അതിനെക്കുറിച്ചു ബോധവാനല്ലെന്നേയുള്ളൂ.

ലളിതയും സന്തുഷ്ടവും സംതൃപ്തവുമായ പഴയ എളിയ ജീവിതശൈലി ഈ പരക്കം പാച്ചിലിനിടയിൽ നമുക്കു കൈമോശം വന്നു. അത് നമ്മുടെ ധാർമ്മിക കർമ്മങ്ങളിലും മൂല്യ ചിന്തകളിലും മാറ്റം കൊണ്ടുവന്നു. കൃഷിയും മതവും നൽകിന്ന സമാധാന മനസ്സിൽ ഉപഭോഗാസക്തി നിറച്ചു. ഇന്നു ആവശ്യമില്ലാത്തതായി ഒന്നുമില്ല. ഉള്ളതുകൊണ്ടു ഓണം പോലെ എന്ന മനസ്സിന്റെ അടക്കവും ഒതുക്കവുമാണ് ഇല്ലാതായത്. പൊൻമുട്ടയിടുന്ന താറാവിനെ കൊല്ലാനുള്ള ധൃതിയും ആവേശവുമാണ് സംജാതമായത്. മത്സര ഓട്ടത്തിൽ അയൽക്കാരനെ ബഹുദൂരം പിന്നിലാക്കി മുന്നേറാനുള്ള അമിത വേഗമാണു മോഹങ്ങൾക്ക്. എന്തിനും ഏതിലും പണം മതി. പണം സമ്പാദിക്കാൻ ഏതു മാർഗ്ഗവും സ്വീകരിക്കാം. എന്തെങ്കിലും നാണക്കേടുണ്ടെങ്കിൽ ആ പണം അതു പോക്കിക്കൊള്ളും.

പണത്തിന്റെ ലഭ്യത വർദ്ധിച്ചുവെന്നതാണ് ഈ കാലഘട്ടത്തിന്റെ പ്രത്യേകത. എഴുപതുകളിൽ എണ്ണപ്പണവും അമേരിക്കൻ ഡോളറും കേരള സമൂഹജീവിത ചെപ്പുകളെ സ്വാധീനിക്കാൻ തുടങ്ങി. രണ്ടായിരമായപ്പോൾ ഇംഗ്ലണ്ടിന്റെ പൗണ്ടും യൂറോപ്പിന്റെ യൂറോയും നമ്മുടെ ഇൻഫീരിയോരിറ്റി കോംപ്ലക്സിലേയ്ക്കു കടന്നു കയറി.

അതുവരെ നിലനിന്ന ഇല്ലായ്മകളിലേയ്ക്കു പുത്തൻ പണത്തിന്റെ മുതലാളിത്ത പൊങ്ങച്ചം തലപൊക്കിനോക്കി. ഇപ്പോളിതാ എല്ലാറ്റിനെയും നിഷ്പ്രഭമാക്കിക്കൊണ്ട് മറ്റൊരു സമ്പത്തിന്റെ ആധിപത്യമായി. നാളികേരത്തിന്റെ നാട്ടിലുള്ള നാഴിയിടങ്ങഴി മണ്ണിനു പൊന്നിനേക്കാൾ വിലയായി. ഏതു നാട്ടിൽപുറത്തും കുറച്ചു മണ്ണുവിറ്റാൽ ഒത്തിരികാശായി. ഇതിന്റെ അനന്തരഫലം മലയാളികളുടെ ചെറിയ മനസ്സിൽ വരുത്തിയ വലിയ മാറ്റമാണ്. അതൊരു അപകടം പിടിച്ച മനോഘടനയെ രൂപപ്പെടുത്തുകയാണ്. സമ്പാദിച്ചുകൂട്ടുക, വാങ്ങിക്കൂട്ടുക, ലാഭേച്ഛമാത്രമുള്ള ക്രയവിക്രയ ഇടപാടുകളിൽ ഇടപെടലുകളിൽ മൂല്യങ്ങൾ നഷ്ടപ്പെടുത്തുകയാണ്.

പഞ്ചഭൂത നിർമ്മിതമായ മനുഷ്യനു പഞ്ചേന്ദ്രിയങ്ങൾ കൊണ്ടുള്ള ഒരനുഭവ ലോകമുണ്ട്. കണ്ണിന് എത്ര കണ്ടാലും ചെവിക്ക് എത്ര കേട്ടാലും നാവിനു എത്ര രുചിച്ചാലും ത്വക്കിന് എത്ര സ്പർശിച്ചാലും മൂക്കിന് എത്ര മണത്താലും പോരാ പോരാ എന്ന അവസ്ഥ. ഇവയെല്ലാം

കൂടി സ്വരൂപിച്ച മനസ്സിന്റെ ഒരാന്തരിക അസംതൃപ്തി പിന്നെയും പിന്നെയും പോരട്ടെ പോരട്ടെ എന്ന അദമ്യചോദനയിലാണ്. മനുഷ്യൻ ജനിച്ചതു ശാരീരികാഭിലാഷത്തിൽ നിന്ന്, പുരുഷന്റെ ഇച്ഛയിൽനിന്ന്, രക്തത്തിൽനിന്ന്, മാംസത്തിൽനിന്നാകുന്നു. മാംസത്തിൽനിന്നു ജനിക്കുന്നതു മാംസമാകുന്നു. മാംസബന്ധമായ ശരീരം അത്യാഗ്രഹങ്ങളിൽനിന്ന് അകന്നിരിക്കുന്നില്ല. അത് അറപ്പുരകള പൊളിച്ച് കൂടുതൽ വലിയവ പണിയും എന്നിട്ടു ആത്മാവിനോടു പറയുന്നു. ആത്മാവേ, അനേക വർഷത്തേക്കുവേണ്ട വിഭവങ്ങൾ നിനക്കായി സംഭരിക്കപ്പെട്ടിരിക്കുന്നതിനു കുടിച്ചു ആനന്ദിക്കുക.

ആനന്ദമാണു മനുഷ്യൻ തേടുന്നത്. പണം സമ്പാദിക്കുന്നതും വിഭവങ്ങൾ സംഭരിക്കുന്നതും വലിയ വീടുവയ്ക്കുന്നതും ബി.എം.ഡബ്ളിയു കാറു വാങ്ങുന്നതും തിന്നു മുടിക്കുന്നതും എല്ലാം ആനന്ദത്തിനുവേണ്ടിയാണ്. ആനന്ദമാണു പരമലക്ഷ്യമെങ്കിൽ വിഡ്ഢികളാണു ഒരർത്ഥത്തിൽ ജീനിയസ്സുകളെക്കാൾ ആനന്ദം അനുഭവിക്കുന്നത്.

ഭൗതികമായ ഈ ആനന്ദം കുറെ ആവർത്തിക്കപ്പെടുമ്പോൾ മടുപ്പുളവാക്കും. അതു തിരിച്ചറിയാൻ ബോധവഴിയിലെ ചില ആനന്ദന്മാർക്കേ കഴിയൂ. ബഹുഭൂരിപക്ഷവും ജഡികമോഹങ്ങളുടെ അസംതൃപ്ത വീഥികളിൽതന്നെയാണു നടന്നൊടുങ്ങുന്നത്. ലോകത്തിലെ എല്ലാ മഹത്വവും കാണിച്ചുകൊടുക്കുന്ന സാത്താന്റെ പ്രലോഭനമലയിൽത്തന്നെയാണു ഇക്കൂട്ടരുടെ വാസം. സാത്താനെ ദൂരെപ്പോവുക എന്നു പറയുന്ന മനോധൈര്യത്തിന്റെ ദൈവികതയിലേയ്ക്കു അവർ പ്രവേശിക്കുന്നില്ല.

എന്തിന്, ദൈവം പോലും ഇന്നു വിപണിയിലാണ്. നമ്മുടെ ജാതിയും, മതവും, വിദ്യാഭ്യാസവും, ആരോഗ്യവും, മാധ്യമവും, മനുഷ്യബന്ധങ്ങളും വിവാഹവും, വിപണിയുടെ കെണിയിൽപ്പെട്ടതുപോലെ. ദൈവത്തിനിപ്പോൾ നല്ലകാലമാണ്. ദൈവവും ആഗോളീകരിക്കപ്പെട്ടിരിക്കയാണ്. മീരാനന്ദയുടെ പുസ്തകത്തിന്റെ പേരുതന്നെ "The God Market'' എന്നാണ്. "God is Back" എന്നാണു മറ്റൊരു പുസ്തകത്തിന്റെ തലക്കെട്ട്. "The Evolution of god" എന്ന പുസ്തകം ഡാർവിന്റെ സിദ്ധാന്തത്തിനു ചേരും പടി രൂപവും ഭാവവും മാറുന്ന ദൈവത്തെപ്പറ്റിയാണ്. "The God Delusion" (ദൈവവിഭ്രാന്തി) എന്നതു റിച്ചാർഡ് ഡോക്കിൻസിന്റെ പുസ്തകമാണ്. ഇവയെല്ലാം മാറിവരുന്ന മാർക്കറ്റിനു അനുസൃതമായ ഉല്പന്നങ്ങളാണ്.

ഇന്ത്യയിൽ ദൈവങ്ങൾക്കു വേണ്ടി 25 ലക്ഷം ദേവാലയങ്ങളുണ്ടെന്നാണ് ഒരു കണക്ക്. വിദ്യാലയങ്ങളാവട്ടെ 15 ലക്ഷവും. ഇന്ത്യയിലെ യാത്രകളിൽ ഏറെയും ദേവാലയങ്ങളിലേയ്ക്കുള്ള തീർത്ഥയാത്രകളാണ്. വലിയ തീർത്ഥാടനകേന്ദ്രങ്ങൾ ശ്രദ്ധിച്ചാൽ ഒരു കാര്യം മനസ്സിലാകും.

ഒരു വലിയ പബ്ളിസിറ്റിയുടെ ഭാഗം അതിനുണ്ടെന്ന്. പരസ്യം മാർക്കറ്റിംഗിന്റെ ജീവഘടകമാണ്. ജനത്തെ വശീകരിച്ചടുപ്പിക്കുക അതാണു അതിന്റെ ആകർഷണീയത. ജനം കൂടുന്നിടത്തു പിന്നെയും ജനം കൂടും. മാസ്സ്സൈക്കോസിന്റെ ഭാഗമാണത്. ദാരിദ്ര്യവും മരണവും ഉള്ള കാലത്തോളം ദൈവത്തിനുവേണ്ടിയുള്ള മതങ്ങളുമുണ്ടാവും. ഭയവും അജ്ഞതയും അനിശ്ചിതത്വവും മുതലെടുത്തുകൊണ്ടുള്ള ഒരു വ്യവസ്ഥിതി ഏതു മതത്തിനു പിന്നിലുമുണ്ട്. വ്യവസ്ഥാപിത മതങ്ങളൊക്കെ പുലർന്നു പോരുന്നത് ഈ വ്യവസ്ഥിതിയുടെ ആചാരാനുഷ്ഠാനങ്ങളെക്കൊണ്ടാണ്. അജ്ഞതയെ വിശ്വാസംകൊണ്ടു സംരക്ഷിക്കുക; അത് അതിന്റെ ലക്ഷ്യമാണ്.

പക്ഷേ, പ്രസക്തമായ ഒരു കാര്യമുണ്ട്, വർദ്ധിച്ചു വരുന്ന സമ്പത്ത് മതങ്ങളുടെ ശത്രുവാണ്. അങ്ങനെയാണ് യൂറോപ്പിലും അമേരിക്കയിലും ഇപ്പോൾ പള്ളികൾ പൂട്ടുന്നത്. വിശ്വാസികൾ വിശ്വാസത്തിൽ നിന്നും അനുഷ്ഠാനങ്ങളിൽ നിന്നും അകലുന്നതുകൊണ്ടാണത്. വില്ക്കപ്പെടുന്ന പള്ളികൾ വാങ്ങാൻ അവിടങ്ങളിലെ മലയാളി വിശ്വാസ സമൂഹം തയ്യാറാകുന്നുണ്ട്. അവർ മലയാളക്കരയിൽ നിന്നും കൂടെകൊണ്ടുപോയ പഴയ പട്ടിണിയുടെയും ഭയത്തിന്റെയും തിരുശേഷിപ്പുകൾ അവരുടെ ജീൻസിൽ ശേഷിക്കുന്നതുകൊണ്ടുകൂടിയാണത്. മതത്തിനു ഇനി അതിന്റെ പഴയ മൂല്യങ്ങളായ ലാളിത്യം, എളിമ, ത്യാഗം, സഹനം, സഹിഷ്ണുത തുടങ്ങിയവ പഴയതുപോലെ കൂടെക്കൊണ്ടു നടക്കാനാവില്ല. മതം അതിന്റെ ദേവാലയങ്ങളിൽ നിന്നു ലക്ഷ്വറിയെ തള്ളിക്കളഞ്ഞാൻ പുത്തൻ പണക്കാർക്ക് മതത്തെ തള്ളിപ്പറയേണ്ടിവരും. അവർക്ക് അവരുടെ സാമ്പത്തിക പ്രകടനത്തിനുള്ള മറ്റൊരു ഉപാധിയാണ് മതവും ദേവാലയവും. ധനവാനു സ്വർഗ്ഗരാജ്യമില്ലാത്തതുപോലെ സമ്പത്തിനു ആത്മാവില്ല. ലോകം മുഴുവനും നേടിയാലും ആത്മാവു നഷ്ടപ്പെട്ടാലോ... അങ്ങനെയൊരു ആത്മീയതയിലാണു ഇന്നു മതങ്ങൾ. ആത്മാവു നഷ്ടപ്പെട്ട ആത്മീയതയ്ക്കു പിടിച്ചു നിൽക്കാൻ പിന്നെ ബാഹ്യമോടികൾ വേണം. അന്ധവിശ്വാസങ്ങളും അനാചാരങ്ങളും ആർഭാടങ്ങളും നിലനിർത്താൻ കച്ചവടം പൊടിപൊടിക്കണം. അതിനു 'ദൈവവചനത്തിൽ മായം ചേർത്തു കച്ചവടം നടത്തുന്ന അനേകരുണ്ടാവും."

ഇന്ന് എല്ലാ രംഗത്തും സജീവമായ വിപണികൾക്ക് ആദ്ധ്യാത്മിക രംഗത്തെ അങ്ങനെ ഉപേക്ഷിക്കാനാവുമോ?

●

വസ്ത്രത്തിന്റെ നഗ്നത

ആദിയിൽ എല്ലാ സൃഷ്ടികളും നഗ്നമായിരുന്നു. വൃക്ഷലതാദികളും പക്ഷിമൃഗാദികളും മനുഷ്യനും. മനുഷ്യൻ ഏകനായിരിക്കുന്നതു നന്നല്ലാത്തതുകൊണ്ട് ദൈവം മനുഷ്യനു തുണയായി ഇണയെ കൊടുത്തു. പിന്നാലെ നഗ്നതയായി, നാണമായി, നാണം മറയ്ക്കാൻ തുണിയായി. അങ്ങനെ നഗ്നതയെ ഉടുപ്പിക്കേണ്ട കർമ്മം ദൈവികധർമ്മമായി. നസ്രായന്റെ വചനം കാലങ്ങൾക്കു പിന്നിൽനിന്നു വരുന്നു.: ഞാൻ നഗ്നനായിരുന്നു. നിങ്ങൾ എന്നെ ഉടുപ്പിച്ചു.

യുഗങ്ങൾ എത്ര കഴിഞ്ഞു. എല്ലാ സൃഷ്ടികളും ഇന്നും നഗ്നരാണ്. ദൈവത്തിന്റെ മകുട സൃഷ്ടിയായ മനുഷ്യനൊഴികെ. നാണിക്കാൻ എന്തോ ഉള്ളതുകൊണ്ട് മനുഷ്യർ നാണം മറയ്ക്കാൻ ബാദ്ധ്യസ്ഥരായി. നാണം തോന്നേണ്ടതില്ലാത്ത നിഷ്കളങ്കത സത്യം സത്യമായി വിളിച്ചുപറയും. സർവ്വവേഷാഡംബര ഗർവിൽ തലയുയർത്തി ഗമയിൽ നടന്നുപോകുന്ന രാജാവിനെ നോക്കി.

“അയ്യോ, രാജാവു നഗ്നനാണേ.”

സോളമൻ എന്ന രാജാവിന്റെ കഥയെടുക്കുക. വസ്ത്രത്തേക്കാൾ ശരീരം ശ്രേഷ്ഠമാണ് എന്നു ധരിക്കാത്ത, എന്തുധരിക്കും എന്നു ഉൽക്കണ്ഠാകുലനായ രാജാവ്. തനിക്കുവേണ്ടി നിത്യവും നെയ്ത്തുകാർ തുന്നുന്ന വിലപിടിച്ച പുത്തനുടുപ്പുകളിട്ടിട്ടും ആകുലനായിരുന്നു. എങ്ങനെ ആകുലനാകാതിരിക്കും. ഇന്നു വളർന്നു നില്ക്കുകയും നാളെ അടുപ്പിൽ എറിയപ്പെടുകയും ചെയ്യുന്ന വയലിലെ ലില്ലികൾ അദ്ധ്വാനിക്കുന്നില്ല നൂൽ നൂൽക്കുന്നുമില്ല.എന്നിട്ടും തന്റെ സർവ്വമഹത്വത്തിലും താൻ ഇവയിൽ ഒന്നിനെപ്പോലെ അലംകൃതനാവുന്നില്ലല്ലോ എന്നോർത്ത്.

സർവവേഷപ്പകിട്ടോടും സർവഭൂഷണശോഭയോടും അലംകൃതയായി വരുന്ന കല്യാണപ്പെണ്ണ് ഒരേ സമയം സന്തോഷവും അതേ

സമയം മനഃപ്രയാസവും നൽകുന്നു. മനഃപ്രയാസത്തിനുള്ള കാരണം ഇപ്പോൾ മാത്രം ഉപയോഗിക്കുകയും നാളെ അലമാരയിൽ അടയ്ക്കപ്പെടുകയും ചെയ്യുന്ന വിലപിടിച്ച വധൂവേഷത്തിന്റെ അല്പമാത്ര വർത്തമാന പ്രസക്തി ഓർത്തിട്ടാണ്. ആരെയോ എന്തിനെയോ അനുകരിക്കാനുള്ള അല്പത്ത പ്രചോദനത്താൽ വരന്റെ അപ്പനും വധുവിന്റെ അപ്പനും ഒരേ വേഷം, വരന്റെ അമ്മയ്ക്കും വധുവിന്റെ അമ്മയ്ക്കും ഒരേവേഷം, സഹോദരങ്ങൾക്ക് ഒരേ വേഷം, സഹോദരിമാർക്ക് ഒരേ വേഷം, പേരപ്പന്മാർക്ക് അപ്പാപ്പന്മാർക്ക് ഒരേ വേഷം, അമ്മാവന്മാർക്ക് ഒരു വേഷം, അമ്മായിമാർക്ക് ഒരു വേഷം. അങ്ങനെയങ്ങനെ വേഷം കെട്ടലുകളുടെ [illegible] കെട്ടുകല്യാണം ഘോഷം ഘോഷം.

നമ്മൾ എന്നാണ് എപ്പോഴാണ് എങ്ങനെയാണ് ഇങ്ങനെയൊക്കെ വേഷ ഭ്രമങ്ങളിൽപ്പെട്ടുപോയത്. മാറിമാറി വരുന്ന ഫാഷൻഷോകൾക്ക് ശരീരങ്ങളെ പ്രദർശനമാക്കി മാറ്റിയത്. ഏത് പൊങ്ങച്ച സംസ്കാരത്തിലാണ് അടിപതറി വീണപോവുന്നത്. ഏഴെട്ടു ഫോറിൽകാശിന്റെ പുത്തൻപകിട്ടാണോ പട്ടുസാരിയുടെ മിനുമിനുപ്പാണോ മേനിക്ക് മേനി കൂട്ടുന്നത്. സുപ്രിയ സുലേ എന്ന എം.പി. വെട്ടിത്തുറന്നു പറഞ്ഞില്ലേ; "പാർലിമെന്റിൽ ഞങ്ങൾ സ്ത്രീ എം.പി.മാർ തമ്മിൽ സംസാരിക്കുമ്പോൾ മറ്റുള്ളവർ വിചാരിക്കുക രാജ്യത്തിന്റെ കാര്യങ്ങളാവും ഞങ്ങൾ സംസാരിക്കുന്നത് എന്നാവും, യഥാർത്ഥത്തിൽ ഞങ്ങൾ സ്ത്രീകൾ സംസാരിക്കുന്നത് എവിടെനിന്നാണ് നിങ്ങൾ ഈ സാരി വാങ്ങിയത് എന്നും ഞാൻ എവിടെ നിന്നാണു എന്റെയീ സാരി വാങ്ങിയതെന്നുമാണ്."

"ഞാൻ ധനവാനാണ്, എനിക്ക് ഒന്നിനും കുറവില്ല, എന്നു നീ പറയുന്നു. എന്നാൽ നീ ദരിദ്രനും അന്ധനും നഗ്നനും ആണെന്നു അറിയുന്നില്ല. നിന്റെ നഗ്നത മറ്റുള്ളവർ കണ്ട് ലജ്ജിക്കാതിരിക്കാൻ നിന്റെ വസ്ത്രങ്ങൾ എന്നോടു വാങ്ങുക" വെളിപാടിന്റെ പുസ്തകത്തിലെ ഈ വെളിപാട് നമുക്കെന്തു കൊണ്ട് ഒരു വെളിപാടാകുന്നില്ല, മെഡിക്കൽ കോളേജ് ആശുപത്രിയുടെ കാൻസർ വാർഡിലൂടെ അല്ലെങ്കിൽ കോട്ടയം മെഡിക്കൽ കോളേജ് ആശുപത്രിക്ക് അടുത്തുള്ള സെന്റ് ജോസഫ് സിസ്റ്റേഴ്സിന്റെ മരണാസന്നർക്കുള്ള സ്ഥാപനത്തിലൂടെ ഒന്നു നടന്നുവാ, അപ്പോൾ വെളിപാടുണ്ടാവും നാമണിഞ്ഞുചെന്ന വസ്ത്രങ്ങൾ നമ്മെ നഗ്നരാക്കി ലജ്ജിപ്പിക്കുന്നത്. 'മനുഷ്യ ജീവിതത്തെക്കാൾ ദയനീയമായി മഹിയിൽ മറ്റെന്തോന്നുള്ളു' എന്ന കുമാരനാശാൻ പറഞ്ഞതിന്റെ പൊരുളറിഞ്ഞു നാം ആത്മാവിൽ ദരിദ്രരാകുന്നത് അപ്പോഴാണ്.

ആറ്റൻബറോയുടെ പ്രസിദ്ധമായ 'ഗാന്ധി' സിനിമയിലെ ഒരു രംഗം മനസ്സിന്റെ വെള്ളിത്തിരയിൽ മിന്നിത്തെളിയുന്നു. ഭാരതത്തെ അറിയാൻ ഗാന്ധിജി ഭാരത പര്യടനത്തിനു ഇറങ്ങിത്തിരിച്ച നാളുകളിലൊന്നിൽ ഗംഗാതീരത്തിരുന്നു. അപ്പുറത്തു ഒരു സ്ത്രീ കുളിക്കാനിറങ്ങിയിട്ടു കുറെ നേരമായി. അവൾ വെള്ളത്തിൽ നിന്നു കരകയറുന്നില്ല. "മകളേ

കയറിവാ, അല്ലെങ്കിൽ നിനക്കു പനിപിടിക്കും." ഗാന്ധിജി അവളോട് വിളിച്ചു പറഞ്ഞു. അവൾ മറുപടി പറഞ്ഞു. "ഉടുത്തു കേറിവരാൻ എനിക്കു മറ്റൊരു വസ്ത്രമില്ല. അലക്കിയിട്ട വസ്ത്രം ഉണങ്ങിയിട്ടില്ല." അപ്പോൾ ഗാന്ധിജിക്കു തന്റെ മേൽവസ്ത്രം ഒരു ആഡംബരമായി തോന്നി. ഗാന്ധിജി തന്റെ മേൽവസ്ത്രം എടുത്തു പുഴയുടെ മീതേയിട്ടു. അതൊഴുകി അവളുടെ അടുത്തെത്തി. അവളതു ചാടിപ്പിടിച്ച് വാരിച്ചുറ്റി. മീനാക്ഷി എന്ന ആ സ്ത്രീ അങ്ങനെ ചരിത്രത്തിന്റെ കരയിലേക്ക് കേറിപ്പോയി. ഗാന്ധിജിയാകട്ടെ പിന്നീടു മേൽവസ്ത്രം ഉപയോഗിച്ചതുമില്ല. ലണ്ടനിലേയ്ക്കു വട്ടമേശ സമ്മേളനത്തിനു പോയപ്പോൾ പോലും. അങ്ങനെയാണ് അർദ്ധനഗ്നനായ ഫക്കീർ എന്ന പരിഹാസപ്പേരുകിട്ടിയത്. കോട്ടും സൂട്ടും ടൈയും ഷൂസും ഹാറ്റുമിട്ട തനി യൂറോപ്യനായ മോഹൻദാസ് കരംചന്ദ് ഗാന്ധി മഹാത്മാവായത് ഇങ്ങനെ ചിലതൊക്കെ ത്യജിച്ചു ചെറുതായതു കൊണ്ടാണ്.

എൽ.പി സ്കൂളിൽ പഠിക്കുമ്പോൾ അഞ്ചാംക്ലാസ്സുവരെ എനിക്കോ തോമ്മാച്ചനോ അവറാച്ചനോ ഗോപിക്കോ കുഞ്ഞേറുക്കനോ അച്ചാമ്മയ്ക്കോ മേരിക്കോ കൗസല്യയ്ക്കോ ലക്ഷ്മിക്കോ ഒന്നും മേൽവസ്ത്രമുണ്ടായിരുന്നില്ല. ഈ അർദ്ധനഗ്നർക്കു നാണമൊന്നും തോന്നിയില്ല. ചില മഴക്കാല ദിവസങ്ങളിൽ ഗോപി പള്ളിക്കൂടത്തിൽ വരില്ല. രാത്രിയിൽ ഉണക്കാനിട്ട വള്ളിനിക്കർ ഉണങ്ങാത്തതുകൊണ്ട്. അഞ്ചാം ക്ലാസ്സിൽ അവൻ പഠിത്തം ഉപേക്ഷിച്ച് ബാലവേലയ്ക്കുപോയി. പിന്നെ കാണുമ്പോഴെല്ലാം അവൻ അർദ്ധനഗ്നനായിരുന്നു. ചില വിശേഷാവസരങ്ങളിൽ മാത്രം ഷർട്ട്. ഒരു ദിവസം പറമ്പിൽ കിളച്ചുകൊണ്ട് നില്ക്കേ തളർന്നു വീണ മെഡിക്കൽ കോളേജ് ആശുപത്രിയിൽ കൊണ്ടുപോകും വഴി അറുപത്തിനാലാം വയസ്സിൽ അവൻ മരിച്ചു. ആശുപത്രിയിൽ ചെന്ന് അവനെകണ്ടു. മൃതദേഹം അർദ്ധനഗ്നമായിരുന്നു. വീട്ടിൽ നിലത്ത് അവൻ നീണ്ടു നിവർന്നു കിടന്നപ്പോൾ അവനൊരു ഉടുപ്പിട്ടിരുന്നു. അത് പണ്ട് ഞാൻ കൊടുത്തതായിരുന്നു.

മരണത്തിലല്ല നമ്മൾ കരയേണ്ടത്. ജീവിച്ചിരിക്കുന്ന ചില മനുഷ്യരുടെ ജീവിതവ്യഥകൾ തിരിച്ചറിഞ്ഞാണ് നമ്മൾ കണ്ണീർ പൊഴിക്കേണ്ടത്. ഇങ്ങനെയും ജീവിതമുണ്ടെന്നും എനിക്ക് അഹങ്കരിച്ചു മേളിക്കാൻ മാത്രം ഒരു ജീവിതമില്ലെന്നുമുള്ള അറിവാണ് തിരിച്ചറിവ്. ആ തിരിച്ചറിവാണ് ദൈവം.

തിരിച്ചറിവിന്റെ പാരമ്യതയിൽ നിന്നുകൊണ്ടാണ് പതിനേഴാം നൂറ്റാണ്ടിലെ യൂറോപ്യൻ തത്വചിന്തയുടെ നായകനായി പോർച്ചുഗീസ് യഹൂദനായ സ്പിനാസോ സംസാരിച്ചത്. സ്പിനാസോയെ ഒന്ന് കാണുവാൻ സംസാരിക്കുവാൻ ഭരണാധിപൻ ചെന്നു. വേഷത്തിലൊന്നും ഒരു ശ്രദ്ധയുമില്ലാത്ത ചിന്തകൻ ധരിച്ചിരുന്നത് ഒരു പഴകിയ മോർണിംഗ് ഗൗൺ ആയിരുന്നു. ആഢംബര വേഷധാരിയായ ഭരണാധിപൻ, യൂറോപ്പ് കാതോർക്കുന്ന ഒരു മഹദ് വ്യക്തിയുടെ വേഷം കണ്ട് അദ്ദേഹത്തെ പരിഹസിച്ചു. വിലയേറിയൊരു വസ്ത്രം കൊണ്ടുവരാൻ

കല്പിച്ചു. സ്പിനാസോ അത് നിരസിച്ചുകൊണ്ട് പറഞ്ഞു: Lord; it is unreasonable to wrab up things of little or no value in a precious cover.

ചത്തുകെട്ട മണ്ണടിഞ്ഞുപോകുന്ന ഈ ബാഹ്യശരീരത്തിനകത്തൊരു വിലയേറിയ ആത്മാവുണ്ടെന്ന ബോധ്യം വന്നപ്പോഴാണ് ഒരു യുവാവ്, പട്ടുവസ്ത്രവ്യാപാരിയായ ധനാഢ്യനായ തന്റെ പിതാവിന്റെ കാൽച്ചുവട്ടിൽ താനിട്ടിരുന്ന പട്ടുവസ്ത്രങ്ങൾ ഊരിയെടുത്ത് ചുരുട്ടിക്കൂട്ടിവച്ച് പിറന്നപടി നിന്നത്. "മകനേ നീ എന്തുകൊണ്ടാണ് ഇങ്ങനെയൊക്കെ ചെയ്യുന്നത്. ഈ ആൾക്കാരുടെ മുന്നിൽ നിനക്കെന്താ നാണമില്ലാത്തത്." അസ്സീസിയിലെ ബിഷപ്പ്, സിംഹാസനത്തിൽ നിന്നിറങ്ങിവന്നു ഈ നഗ്നനെ തന്റെ മേൽവസ്ത്രം കൊണ്ട് പുതപ്പിച്ചു. "ഇല്ല പിതാവേ, എനിക്കു നാണമില്ല. ഈ ഭൂമിയുമായുള്ള എല്ലാ ബന്ധങ്ങളും ഞാൻ വിച്ഛേദിക്കുന്നു. ഞാനിട്ടിരുന്ന ഈ പട്ടുവസ്ത്രം എന്റെ പിതാവിന്റേതാണ്. അതാണ് ഞാൻ തിരിച്ചുകൊടുത്തത്. എനിക്ക് ഇനി ഒരു പിതാവില്ല, സ്വർഗസ്ഥനായ പിതാവേയുള്ളൂ. ഞങ്ങളുടെ കണക്കുകളെല്ലാം തീർത്തിരിക്കുന്നു. എന്റെ സ്വർഗ്ഗീയ ഭവനത്തിലേയ്ക്കുള്ള യാത്രയ്ക്കു ഞാൻ ശക്തി നേടിയിരിക്കുന്നു." തന്റെ ആത്മീയ യാത്രയുടെ തുടക്കത്തിൽ മാത്രമല്ല ഒടുക്കം മരണനേരത്തും ഫ്രാൻസിസ് അസ്സീസി എന്ന രണ്ടാം ക്രിസ്തു നഗ്നതയെ സ്വയം വരിച്ചു.

മരണക്കുരിശിൽ ക്രിസ്തുവിന്റെ വസ്ത്രങ്ങളും പടയാളികൾ ഊരിയെടുത്തു നാലായി ഭാഗിച്ചു. തുന്നലില്ലാതെ മുകൾ മുതൽ മുഴുവൻ നെയ്തുണ്ടാക്കിയ അവന്റെ അങ്കിയും അവർ എടുത്തു. അവൻ ഉയിർത്തെഴുന്നേറ്റ കല്ലറയ്ക്കരികിൽ അവശേഷിച്ച ഏക തിരുശേഷിപ്പ് ഇത്തിരി വസ്ത്രംമാത്രമായിരുന്നു.

വെളിപാടിന്റെ പുസ്തകത്തിൽ ഇപ്രകാരം എഴുതിയിട്ടുണ്ട്. 'അവിടുത്തെ മണവാട്ടി അണിഞ്ഞൊരുങ്ങിക്കഴിഞ്ഞു. സത്പ്രവൃത്തികൾ കൊണ്ട് നെയ്ത ശോഭയേറിയതും നിർമ്മലവുമായ പ്രകാശത്തിന്റെ മൃദുല വസ്ത്രം അവർ ധരിച്ചിരിക്കുന്നു.'

പ്രകാശത്തെ വസ്ത്രമായി ധരിക്കുക, ആ വസ്ത്രത്തെ നോക്കുമ്പോൾ കണ്ണഞ്ചിപ്പോകില്ലേ. അപ്പോൾ പിന്നെങ്ങനാ നഗ്നത കാണുക. നഗ്നനേത്രങ്ങൾക്കു മുന്നിൽ നഗ്നത കാണുന്നില്ലെങ്കിൽ, ശ്ലീലം ഏത് അശ്ലീലം ഏത് എന്ന ഭേദവിചാരങ്ങളുണരുന്നില്ലെങ്കിൽ, പിന്നെയെന്താ ശ്ലീലാശ്ലീലങ്ങൾ ദ്വൈതമല്ലാതെ അദ്വൈതമാവുകയല്ലേ. തീരത്തുനിന്നും ദൂരങ്ങളിലേയ്ക്കു നോക്കുമ്പോൾ സാഗരഗഗനങ്ങൾ ലയിച്ചു ചേർന്നു, അലിഞ്ഞലിഞ്ഞില്ലാതായി അദ്വൈതമാകുംപോലെ.

അപ്പോൾ സിസ്റ്റൈൻ ചാപ്പലിന്റെ മുകൾത്തട്ടിൽ മലർന്നുകിടന്നു, മൈക്കലാഞ്ചലോ വരച്ച മാലാഖമാർ നഗ്നരായാലെന്ത്? ഖജുരാഹോയിലെ ആ അജ്ഞാത മഹാശില്പികളുടെ ശിലാശില്പങ്ങൾ കാമോദ്ദീപകമാകുന്നതെങ്ങനെ? ഖലിൽ ജിബ്രാന്റെ തൂലികയിൽ പിറന്ന സ്ത്രീപുരുഷന്മാർ പിറന്നപടിയായാലെന്ത്? ഇരയിമ്മൻ തമ്പിയുടെ വരികളിൽ ശൃംഗാരപദലഹരിയുണ്ടെങ്കിലെന്ത്?

ജയദേവകിയുടെ രാധ, തന്റെ പരമാത്മാവായ കൃഷ്ണനു മുന്നിൽ തന്നെത്തന്നെ മുഴുവനായി വെളിപ്പെടുത്തിയാലെന്ത്? ഗോളടിച്ച ലയണൽ മെസ്സി, തന്റെ വിയർപ്പണിഞ്ഞ ജേഴ്സിയൂരിയെറിഞ്ഞു ആരാധകലക്ഷങ്ങൾക്കു മുന്നിൽ അർദ്ധനഗ്നനായാലെന്ത്? കാനായി കുഞ്ഞിരാമന്റെ മലമ്പുഴയിലെ യക്ഷി കാമരൂപിണിയായി ഈ ഇരിപ്പ് ഇരുന്നാലെന്താ? ഖസാക്കിലെ സുന്ദരി മൈമൂന കബന്ധങ്ങൾ നീരാടാനെത്താറുള്ള, നീലത്താമരകൾ വിരിഞ്ഞു കിടക്കുന്ന അറബിക്കുളത്തിൽ നട്ടുച്ചയ്ക്കു കുളിച്ചാലെന്താ?

സർഗ്ഗാത്മകതയുടെ ശോഭയേറിയതും നിർമ്മലവുമായ പ്രകാശത്തിന്റെ മൃദുവസ്ത്രം ഇവർ ധരിച്ചതു കാണാൻ നമുക്കു കണ്ണില്ലേ. കുളികഴിഞ്ഞ കുഞ്ഞിനെ ഉടുപ്പിടീക്കാൻ അമ്മ പിടിച്ചുവലിക്കുമ്പോൾ, പിടിവിട്ടു കുതറിയോടി മുറ്റത്തിറങ്ങി നഗ്നതയുടെ സ്വാതന്ത്ര്യം ആഘോഷിക്കുന്ന കുഞ്ഞിനൊപ്പം പൂക്കളും ചിത്രശലഭങ്ങളും പൂത്തുമ്പികളും തളിരിലകളും ഇളം കാറ്റും മണൽത്തരികളും കൂട്ടു കൂടുന്നത് കാണുന്നില്ലേ. കാണണം. അപ്പോഴാണ് നാം നിഷ്കളങ്കരായി ശ്ലീലാശ്ലീല ഭേദവിചാരങ്ങളില്ലാതെ പ്രലോഭനങ്ങളില്ലാതെ ലോകാനുരാഗികളാകുന്നത്. ശരീരത്തിൽ ദൈവത്തെ ധരിക്കുന്നവരാകുന്നത്.

●

അസ്സീസിയിലേയ്ക്കുള്ള വഴി

അസ്സീസിയിലെ വിശുദ്ധ ഫ്രാൻസീസിനെ ഞാനറിയുന്നത്, എന്റെ യൗവനാനന്തര കാലത്താണ്. ആ കാലമാണെന്നു തോന്നുന്നു, വിശുദ്ധമായതു തിരിച്ചറിയുന്ന ബോധജ്ഞാനത്തിന്റെ പ്രായം. നരേന്ദ്ര പ്രസാദ് എന്ന സ്നേഹിതനാണ് അസ്സീസിയിലേയ്ക്കുള്ള വഴി എനിക്കു കാട്ടിത്തന്നത്. കോട്ടയത്തെ ഒരു ഹോട്ടൽ മുറിയി, മഴകോരിച്ചൊരിഞ്ഞ ഒരു പാതിരാവിൽ, അദ്ദേഹം തന്ന ഒരു പുസ്തകമാണ് അതിനു നിമിത്തമായത്. അതിൽ ഒരു യാദൃശ്ചികതയുണ്ടെങ്കിലും ദൈവവഴിയിൽ യാദൃശ്ചികതയെന്നൊന്നില്ല. എല്ലാം ഏതോ നിയോഗപുണ്യങ്ങളുടെ സുനിശ്ചിത പൂർത്തീകരണമാണ്.

ആ പുസ്തകം, 'സെയ്ന്റ് ഫ്രാൻസീസ്' ഗ്രീക്ക് സാഹിത്യകാരനായ നിക്കോസ് കസാൻദ്സാക്കിസ്, 1962-ൽ എഴുതി പ്രസിദ്ധീകരിച്ചതാണ്. ഈ നോവലിസ്റ്റിനെക്കുറിച്ച് ഞാൻ നേരത്തെ കേട്ടിട്ടുണ്ട്. 'ദ് ലാസ്റ്റ് ടെംപ്റ്റേഷൻ' എന്ന നോവലിന്റെ കർത്താവെന്ന നിലയിൽ. ലാസ്റ്റ് ടെംപ്റ്റേഷന്റെ അവസാന അദ്ധ്യായത്തിന്റെ പ്രചോദനത്തിൽ നിന്നാണു പി.എ ആൻറണി, 'ആറാം തിരുമുറിവ്' എന്ന നാടകം രചിച്ചത്. ഈ നാടകം കേരള സഭയിലും സാംസ്കാരിക തലത്തിലും ഒട്ടൊക്കെ ഒച്ചപ്പാടുകൾ സൃഷ്ടിച്ചു കെട്ടടങ്ങി.

കെട്ടടങ്ങാതെ ഒരു തീപ്പൊരി ആത്മാവിൽ നീറി നീറിക്കിടക്കും പോലെയാണ് 'സെയ്ന്റ് ഫ്രാൻസീസി' ന്റെ വായന. ആ അനശ്വരമായ സംഘർഷമുണ്ടല്ലോ. ആത്മാവും ശരീരവും തമ്മിൽ, അതിന്റെ പിടികിട്ടാത്ത പിടച്ചിൽ അനുഭവിപ്പിക്കുന്ന വായനയാണത്. ആ

വായനാനുഭൂതിയുടെ അവാച്യപദസഞ്ചാരം വായനക്കാരനെക്കൊണ്ടെത്തിക്കുന്നത് പതിമൂന്നാം നൂറ്റാണ്ടിലെ ഇറ്റലിയിലെ അസ്സീസിയിലാണ്. ഇവിടെയാണു ഒരുപട്ട് വസ്ത്രവ്യാപാരിയുടെ മകനായി സമ്പത്തിലും ആഡംബരത്തിലും മദ്യത്തിലും പ്രണയത്തിലും യുദ്ധത്തിലും തടവറയിലും ഫ്രാൻസിസ് തന്റെ കൗമാരയൗവനം ചെലവിട്ടത്. പിന്നീടാണു സ്വയംവരിച്ച ദാരിദ്ര്യത്തിലും കഷ്ടതകളിലും അലച്ചിലുകളിലും ഏകാന്തവാസങ്ങളിലും ധ്യാനങ്ങളിലും കത്തിയുരുകി ശുദ്ധനായി വിശുദ്ധനായി ക്രിസ്തുവിന്റെ അഞ്ചു തിരുമുറിവുകളും ശരീരത്തിൽ ഏറ്റുവാങ്ങി മരിച്ചത്. 1226-ാം വർഷത്തിൽ നിന്നു ഏഴു നൂറ്റാണ്ടുകൾ പിന്നിട്ടു ലോകമറിഞ്ഞു, ലോകം നിറഞ്ഞു ഇന്നും ഫ്രാൻസീസ് ജിവിച്ചിരിക്കുന്നു. അസ്സീസി എന്നാൽ ഇന്നു ഇറ്റലിയിലെ ഒരു പട്ടണമല്ല, ഫ്രാൻസീസ് എന്ന വിശുദ്ധനാണ്.

അസ്സീസിയിൽ ഞാൻ പോയി, ഭാര്യയോടൊപ്പം, 2014 മെയ്മാസത്തിൽ, ഞങ്ങളുടെ നാല്പതാം വിവാഹവാർഷികനാളിൽ, ഫ്രാൻസീസും ശിഷ്യന്മാരും നഗ്നപാദരായി നടന്ന വഴികളിലൂടെ നഗ്നപാദനായി ഞാൻ കുറെ നടന്നു. അസ്സീസി പട്ടണത്തിലെ പ്രധാന ചത്വരത്തിൽ ചാടിയും മറിഞ്ഞും നൃത്തം ചെയ്തും യേശുവിനെ പ്രഘോഷിച്ചും ആൾക്കൂട്ടത്തിനിടയിൽനിന്ന ഫ്രാൻസീസ് എന്ന മകനെ ബർനാർഡ് എന്ന പിതാവ് പിടിച്ചു വലിച്ചു വീട്ടിലേയ്ക്കു കൊണ്ടുപോകാൻ ശ്രമിച്ചപ്പോൾ ആ മകൻ വിളിച്ചു പറഞ്ഞു: " ഇതാണെന്റെ വീട്, ഈ കവല; എനിക്കു പിതാവില്ല, മാതാവില്ല, എനിക്കു വീടില്ല, എനിക്കുള്ളതു ദൈവം മാത്രം." ആ കവലയിൽ ഫ്രാൻസിസ് എന്ന യുവാവിന്റെ ദൈവലഹരിയിൽ കുറേ നേരം ഞാൻ നിന്നു.

ദൈവവഴിയിൽ ദൈവ ലഹരിയിൽ ഭ്രാന്തുപിടിച്ചു നടന്ന, പോർട്ടിൻങ്കുലായിലും സാൻഡാമിയാനോവിലും ഫ്രാൻസീസിന്റെ പാദമുദ്രകൾ തേടി ഞാൻ നടന്നു. ക്ലാരയുടെ മഠത്തിലേയ്ക്കു ഫ്രാൻസീസ് നടന്ന വഴിയോരത്തു ദൈവകല്പനപോലെ പൂത്തുവിടർന്ന വെളുത്ത പൂക്കൾ പറിക്കുവാൻ ഞാൻ കൊതിച്ചു. വിശുദ്ധന്റെ കബറിടം സ്ഥിതിചെയ്യുന്ന ദേവാലയത്തിൽച്ചെന്നു കബറിടം തൊട്ടു പ്രാർത്ഥിച്ചു. ക്ലാര പുണ്യവതിയുടെ ദേവാലയമുറ്റത്തുനിന്നു അസ്സീസിയുടെ വിദൂരതാഴ്വരകളുടെ, നീലവിണ്ണിൽ അലിഞ്ഞുപോകുന്ന നീലമലകളുടെ, അപാരഭംഗി ആസ്വദിച്ചു. അസ്സീസി എനിക്കു പ്രിയങ്കരമായൊരു നിർവൃതിയായി.

അസ്സീസിയുടെ ഹൃദയം ഏറ്റുവാങ്ങിയ മറ്റൊരു ഫ്രാൻസീസ് ഇന്നു നമ്മുടെയിടയിൽ വസിക്കുന്നു, ഫ്രാൻസീസ് മാർപ്പാപ്പ. ലോകത്തിനു ക്ഷയം, ഗ്ലാനി സംഭവിക്കുമ്പോൾ, യുഗേയുഗേ സംഭവിക്കുന്നതാണല്ലോ, അവതാരജന്മങ്ങൾ. ഖലിൽ ജിബ്രാന്റെ 'പ്രവാചകൻ' പറയും പോലെ;

But Should my voice fade in your ears and my love vanish in your memory, then I will come again, And with a richer heart and lips more yielding to the spirit I will return and speak.

ക്രിസ്തുവിനുശേഷം ആയിരത്തിയിരുന്നൂറു വർഷം കഴിഞ്ഞ്, മറ്റൊരു ക്രിസ്തുവായി, രണ്ടാം ക്രിസ്തുവായി, അസ്സീസിയിൽ ഫ്രാൻസീസ് അവതരിച്ചു. ഫ്രാൻസീസിന്റെ യൗവനസുരഭിലമായ അഡംബരനാളുകളിലൊന്നിൽ സ്വർഗ്ഗത്തിൽ നിന്നു ഒരു ശബ്ദം ഇറങ്ങിവന്നു. ഉറങ്ങിക്കിടന്ന ആ യുവാവിനെ ഉണർത്തി. "ഫ്രാൻസിസ് എഴുന്നേല്ക്കുക. ക്രിസ്തു അപകടത്തിലാണ്. പള്ളി അപകടത്തിലാണ്. ക്രിസ്തുവിനെ നീ പുനർ സൃഷ്ടിക്കുക. പള്ളിയെ നീ പുതുക്കിപ്പണിയുക". നാല്പത്തിനാലു വർഷത്തെ ഫ്രാൻസീസിന്റെ ജന്മം ഈ ഇംഗിതത്തിന്റെ സാഫല്യത്തിനുവേണ്ടിയായിരുന്നു. വിശുദ്ധ ഫ്രാൻസീസ്, ക്രിസ്തുവിനെ പുനഃസൃഷ്ടിക്കുവാനും പള്ളിയെ പുതുക്കിപ്പണിയുവാനും വേണ്ടി വന്നു പോയിട്ട് എണ്ണൂറു വർഷമാവുന്നു. ഈ കാലത്തിലെ വിടവിലെ ക്ഷയത്തിൽ നിന്നു ക്രിസ്തുവിനെയും പള്ളിയെയും ശക്തിപ്പെടുത്തേണ്ടതുണ്ട്. ആ ദൗത്യത്തിന്റെ അവതാര പുരുഷനാണ് പോപ്പ് ഫ്രാൻസിസ്.

റോമിലെ വിശുദ്ധ പത്രോസിന്റെ ബസിലിക്കായിൽ വച്ച്, 2015 മെയ് 24 ന് ഫ്രാൻസീസ് പാപ്പയുടെ സ്ഥാനാരോഹണത്തിന്റെ മൂന്നാം വർഷം, നല്കപ്പെട്ടതാണ്, 'ലൗദാത്തോ സീ' (അങ്ങേക്കു സ്തുതി) എന്ന ചാക്രിക ലേഖനം "എന്റെ കർത്താവേ നിനക്കു സ്തുതിയായിരിക്കട്ടെ" എന്നാണു ചാക്രിക ലേഖനത്തിന്റെ തുടക്കം. ഫ്രാൻസീസ് അസ്സീസിയുടെ സൂര്യകീർത്തനം എന്ന പ്രാർത്ഥനയിൽ നിന്നാണത്. 246 നമ്പറുകളുള്ള, 6 അധ്യായങ്ങൾ അടങ്ങുന്ന വിപുലമായ ഒരു പഠനമാണ് ഈ ചാക്രികലേഖനം. നമ്മുടെ ജീവനെക്കുറിച്ചും നമ്മുടെ ഭൂമിയെക്കുറിച്ചുമുള്ള ഉൾക്കണ്ഠകളുടെ ചിന്തകളാണ് ഇത്. പരിസ്ഥിതിയുടെ മദ്ധ്യസ്ഥനായ ഫ്രാൻസീസ് അസ്സീസിക്കുള്ള ആദരവും ആരാധനയുമാണ് ഒരു പ്രാർത്ഥനാപുസ്തകം പോലെ പാപ്പാ മാനവരാശിക്കായ് സമർപ്പിച്ചിരിക്കുന്നത്.

ഒരു പുതിയ തുടക്കമെന്നപോലെയാണ് ഫ്രാൻസീസ് പാപ്പയുടെ ആഗമനം. മാർപ്പാപ്പയായി തിരഞ്ഞെടുക്കപ്പെട്ട അന്ന് സെന്റ് പീറ്റേഴ്സ് ബസ് ലിക്കയുടെ മട്ടുപ്പാവിൽ നിന്നു ഫ്രാൻസീസ് എന്ന ആ പുതുനാമധാരി ആദ്യമായി വിശ്വാസികളോടു അപേക്ഷിച്ചത്, നിങ്ങൾ എനിക്കുവേണ്ടി പ്രാർത്ഥിക്കണമേയെന്നാണ്. തന്റെ സ്ഥാനാരോഹണത്തിന്റെ പിറ്റേന്ന്, വത്തിക്കാനിലെ ഒരു ചാപ്പലിൽ പട്ടുവസ്ത്രങ്ങൾക്കൊണ്ടു പൊതിഞ്ഞ ഔദ്യോഗിക സിംഹാസനം വേണ്ടെന്നു വച്ച്, സ്ഥാനമൊഴിഞ്ഞ ബനഡിക്ട് പതിനാറാമൻ മാർപ്പാപ്പയോടൊപ്പം

ഫ്രാൻസീസ് പാപ്പ ചേർന്നിരുന്നത് ഒരു സാധാരണ ചാരുബഞ്ചിലായിരുന്നു എന്നത് ഒരു സാധാരണകാര്യമല്ലല്ലോ. പിഴച്ചു പെറ്റ ഒരു സ്ത്രീ, തന്റെ കുഞ്ഞിന്റെ ജ്ഞാനസ്നാനത്തിനുവേണ്ടി മാർപ്പാപ്പയോടു അപേക്ഷിച്ചപ്പോൾ, മകളേ നിന്റെ ഇടവക വികാരി നിന്റെ കുഞ്ഞിനു ജ്ഞാന സ്നാനം നിഷേധിക്കുന്നുവെങ്കിൽ ഞാൻ നിന്റെ കുഞ്ഞിനു ജ്ഞാനസ്നാനം നൽകാം എന്ന മറുപടി ഒരു പുതുയുഗപ്പിറവിക്കുമേലുള്ള ജ്ഞാനസ്നാനമല്ലേ. മാർപ്പാപ്പയായതിനുശേഷമുള്ള ആദ്യത്തെ പെസഹാനാളിൽ, ഒരു മുസ്ലീം സ്ത്രീയുടെ കാൽകഴുകി ചുംബിച്ചത് ഒരു ചുംബന വിപ്ലവമല്ലേ. സെന്റ് പീറ്റേഴ്സ് ബസിലിക്കയുടെ മുമ്പിലെ സ്റ്റേജിൽ നിന്നു ആയിരക്കണക്കിനു വിശ്വാസികളെ അഭിസംബോധന ചെയ്തു നേരം ഒരു കുസൃതിപ്പയ്യൻ ഓടിവന്നു മാർപാപ്പയുടെ കസേരയിൽ ചാടിക്കയറിയപ്പോൾ അവനെ പിടിച്ചുയർത്തി ഉമ്മവച്ചു വിളിച്ചു പറഞ്ഞില്ലേ. ഈ കസേരയ്ക്കു എന്നെക്കാൾ യോഗ്യനാണിവൻ. ഭിക്ഷക്കാർക്കുവേണ്ടി ഒരിക്കലും തുറക്കാത്ത സിസ്റ്റൻ ചാപ്പലിൽ, റോമിലെ പാതയോരങ്ങളിലെ ഭിക്ഷക്കാരെ വിളിച്ചു കയറ്റി അവർക്കൊപ്പമിരുന്നു പന്തിഭോജനം നടത്തിയതു സുവിശേഷസാക്ഷ്യമല്ലേ. വിമാനത്തിൽ കയറാൻ പെട്ടിയും തൂക്കിപ്പിടിച്ചു ക്യൂവിൽ നിന്നു ഒരു സാധാരണ സഞ്ചാരിയായില്ലേ. റോമിലെ ഒരു കടയിൽ കയറിച്ചെന്നു തന്റെ കണ്ണടയുടെ ഫ്രെയിം മാറ്റി വാങ്ങി ഒരു സാധാരണക്കാരനായില്ലേ. ഫിഡൽ കാസ്ട്രോയുടെ കമ്മ്യൂണിസ്റ്റ് ക്യൂബയിലെ ഹവാന ചത്വരത്തിൽ നിന്നു കുർബാന ചൊല്ലിയപ്പോൾ തൊട്ടടുത്തു വിപ്ലവേതിഹാസം ചെഗുവേരയുടെ ചിത്രം കണ്ട് അൾത്താരയിലെന്നവണ്ണം ആദരവു അർപ്പിച്ചില്ലേ. വാഷിംഗ്ടൺ ഡിസിയിലെ അമേരിക്കൻപ്രതാപത്തിന്റെ സ്വീകരണവഴിയിലൂടെ ഒരു ചെറിയ ഫിയറ്റുകാറിൽ കഴുതപ്പുറത്തെന്നപോലെ കൈവീശി അഭിവാദ്യം ചെയ്തു കടന്നുപോയില്ലേ. വൈറ്റ് ഹൗസിൽ പ്രസിഡന്റ് ബാരക് ഒബാമ ഒരുക്കിയ മഹാവിരുന്നുവിട്ടു നേരെ പോയതു ജയിലറയിലെ സഹോദരങ്ങൾക്കൊപ്പം ആയിരിക്കുവാനല്ലേ. ഫിലാഡൽഫിയായിലെ ലക്ഷക്കണക്കിനു വിശ്വാസികളുടെ കുർബ്ബാനയ്ക്കുശേഷം നേരെ പോയി ജയിൽ സന്ദർശിച്ചു ജയിൽ വാസികളോടു പറഞ്ഞില്ലേ, നമുക്കീ ജയിലറകൾ വൃത്തിയാക്കണം, പക്ഷേ ആദ്യം വൃത്തിയാക്കേണ്ടതു ഞാൻ എന്നെത്തന്നെയാണ്, ഞാൻ നിങ്ങൾക്കൊപ്പമാണ്...

ഫ്രാൻസീസ് മാർപ്പാപ്പ, ഫ്രാൻസീസ് അസ്സീസിക്കൊപ്പമാണ്. അസ്സീസിയെപ്പോലെ ക്രിസ്തുവിനെ ലോകത്തിനു സുവിശേഷവെളിച്ചത്തിൽ വെളിപ്പെടുത്തുവാനും പള്ളിയെ പുതുക്കിപ്പണിയുവാനും വേണ്ടി അവതരിപ്പിച്ചതാണ്. ഈ മഹായിടയന്റെ വാക്കുകൾ, നമ്മുടെ ഹൃദയങ്ങളെ ശുദ്ധീകരിക്കുന്ന അഗ്നിനാളങ്ങളാണ്. ക്ലാരയുടെ മഠത്തിൽ

സഹോദരിമാരോട് അസ്സീസി സുവിശേഷം പറഞ്ഞിരിക്കുമ്പോൾ, ദൂരെനിന്നവർ മഠത്തിനുമുകളിൽ തീയാളുന്നതുകണ്ട് ഓടിച്ചെന്നു. പക്ഷേ, അവിടെ തീയുമില്ല പുകയുമില്ല. അസ്സീസിയുടെ വാക്കുകൾ മാത്രം. വാക്കുകൾ അഗ്നിജ്വാലകളാകുകയായിരുന്നു.

വിശുദ്ധ ഫ്രാൻസീസ് അസ്സീസി, നിന്റെ രണ്ടാം വരവിനു നന്ദി. ഞങ്ങളുടെ മതാത്മക അദ്ധ്യാത്മികത കൂടുതൽ കൂടുതൾ ലൗകികവും സമ്പന്നവും ആർഭാടവും ധാരാളിത്തവും പൊങ്ങച്ചവുമായി മാറിക്കഴിഞ്ഞ ഈ കാലഘട്ടത്തിൽ നിന്റെ സ്നേഹവും വിശ്വാസവും ദാരിദ്ര്യവും എളിമയും സമാധാനവും പ്രകൃതിസ്നേഹവും ഇന്ന് ഒന്നിനൊന്നു അത്യാവശ്യമായിരിക്കുന്നു.

ഇതാ അസ്സീസിയിലെ സുബാസിയോ മലനിരകൾ വീണ്ടും തളിർത്തും പൂത്തും ഹൃദ്യമാകുന്നു. കിളികളുടെ, മൃഗങ്ങളുടെ, മരങ്ങളുടെ ഭാഷ സന്മനസുള്ളവർ തിരിച്ചറിയുന്നു. പൂവുകളുടെ സുഗന്ധം ഹൃദയമറിയുന്നു. നന്ദി ഫ്രാൻസീസ് നന്ദി, ഈ വീണ്ടുവരവിന്.

●

കുട്ടികൾ ഇപ്പോൾ നിങ്ങളുടേതല്ല.

കേട്ടോ, മാതാപിതാക്കളേ, നിങ്ങളുടെ കുട്ടികൾ ഇപ്പോൾ നിങ്ങളുടെ കുട്ടികളല്ല. ഇതിപ്പോ ഞാൻ പറയുന്നതല്ല. കുറെ വർഷം മുമ്പുതന്നെ, ലബനൻ കവിയായ ഖലിൽ ജിബ്രാൻ 'പ്രവാചകൻ' എന്ന തന്റെ വിശ്രുത കാവ്യത്തിൽ എഴുതിവച്ചതാണ്. പ്രവാചകന്റെ വാക്കുകൾക്ക് ഒരു പ്രവചനവരമുണ്ടല്ലോ. ആ ശബ്ദം കാലങ്ങളെ മറികടന്ന ഭാവിയിലേക്കു പ്രയാണം ചെയ്യും. ഇക്കാലത്ത് ആ പ്രവചനത്തിന് ഏറെ പ്രസക്തി കൈവന്നിരിക്കുന്നു.

"നിങ്ങളുടെ കുട്ടികൾ
നിങ്ങളുടെ കുട്ടികളല്ല.
അവർ നിങ്ങളിലൂടെയാണു വന്നത്.
എങ്കിലും അവർ നിങ്ങളിൽനിന്നല്ല.
അവർ നിങ്ങളുടെ കൂടെയുണ്ടെങ്കിലും
അവർ പക്ഷേ നിങ്ങൾക്കൊപ്പമല്ല'

കുട്ടികളെക്കുറിച്ചുള്ള ഖലിൽ ജിബ്രാന്റെ ചിന്തയുടെ തുടക്കം ഇങ്ങനെയാണ്. ഇതു വളരെയേറെ ചിന്തയ്ക്കു വിഷയമാകുന്ന ഒരു തത്വമാണ്. ഇങ്ങനെയുള്ളവ വായിക്കുമ്പോഴാണു തിരക്കിൽപ്പെട്ടു പരക്കം പായുന്ന മനുഷ്യൻ ഒന്നിളവേറ്റു അല്പനേരമെങ്കിലും ധ്യാന നിരതനാവേണ്ടത്. നമ്മളൊക്കെ ധ്യാനം കൂടുന്നവരാണ്. ആ കൂടുന്നവർക്ക് ഇല്ലാതെ പോകുന്നത് ഈ ധ്യാനാത്മകതയാണ്.

നമ്മുടെ മക്കൾ നമ്മളിലൂടെയാണു വന്നത്. പക്ഷേ നമ്മളിൽ നിന്നല്ല എന്നു പറയുമ്പോൾ എന്തൊരു അർത്ഥവ്യതിയാനമാണു സംഭവിക്കുന്നത്. നമ്മളിൽനിന്നല്ലെങ്കിൽപ്പിന്നെ എവിടെനിന്നാണ്,

ആരിൽനിന്നാണ്? ജന്മാന്തരങ്ങളുടെ ഒരു തുടർച്ചയിലെ ഇങ്ങേയറ്റത്തെ ഒരു കണ്ണിമാത്രമാണ് നമ്മളിലൂടെ വന്ന ഈ കുട്ടി. അത് ഒന്നിലൂടെയുള്ള ഒരു മാർഗം മാത്രമാണ്. മാർഗം ഉത്ഭവമല്ലല്ലോ, ഉത്ഭവം മറ്റെവിടെയോ ആണ്. അതുകൊണ്ട് മാർഗത്തിനു ഉടമസ്ഥാവകാശമില്ല. ഒന്നു ആലോചിച്ചു നോക്കൂ. എന്തൊരു അർത്ഥവ്യാപ്തിയാണീ ആശയത്തിന്. അതേപോലെ, മക്കൾ മാതാപിതാക്കളുടെകൂടെയാണെന്നേയുള്ളൂ. പക്ഷേ, അവർ മാതാപിതാക്കൾക്കൊപ്പമല്ല. കൂടെയുണ്ട് പക്ഷേ ഒപ്പമില്ല. എന്തൊരു വിരോധാഭാസ പ്രായോഗമാണിത്. അപ്പോൾ നമ്മുടെ മക്കൾ ആർക്കൊപ്പമാണ് എന്നൊരു ചോദ്യം വരും. നമ്മൾക്കൊപ്പമല്ലാത്ത മക്കളുടെമേൽ നമുക്കെന്ത് അവകാശവും കടമയുമാണുള്ളത്. അങ്ങനെയുള്ള മക്കൾക്ക് മാതാപിതാക്കളോടു എന്തു കടവും കടപ്പാടുമാണുള്ളത്.

ഈ പ്രപഞ്ചത്തെയും മനുഷ്യനെയും ജീവിതത്തെയും കുറിച്ച് ആലോചിച്ചാലോചിച്ച് ഓരോരോ നിഗമനങ്ങളിലെത്തിയ ഈ പ്രതിഭാശാലികളെ നമുക്കങ്ങനെ അവഗണിക്കാനാവില്ല. നമ്മൾ ഉറങ്ങുമ്പോൾ ഉറങ്ങാതിരിക്കയും നമ്മൾ തിരക്കുപിടിച്ചു ഓടുമ്പോൾ ഏകാന്തചിന്തകളിൽ അസ്വസ്ഥരാവുകയും ചെയ്ത ഈ പ്രതിഭാധനന്മാരുടെ വാമൊഴി വരമൊഴികൾ മനുഷ്യരാശിയുടെ പാദദീപങ്ങൾ തന്നെയാണ്.

ഇമ്മാതിരി തത്വചിന്താശകലങ്ങൾകൊണ്ടു കോട്ടകെട്ടി നമ്മുടെ സന്താന സംബന്ധിയായ ദുഃഖങ്ങളെയും ഭയാശങ്കകളെയും പ്രതിരോധിക്കാം. എങ്കിലും അനുദിനജീവിതം നമ്മെ അതിന്റെ പ്രായോഗികത കൊണ്ടും യാഥാർത്ഥ്യങ്ങൾകൊണ്ടും വേദനിപ്പിച്ചുകൊണ്ടിരിക്കും.

ശരിയാണ്. കാലം ആകെ മാറി, ആ മാറ്റം നമ്മുടെ ജീവിതത്തിന്റെ രൂപഭാവങ്ങളെ നമ്മുടെ ചിന്തകൾക്കതീതമായ വേഗത്തിൽ പരിണാമവിധേയമാക്കി. അത് നമ്മുടെ ആവാസവ്യവസ്ഥിതികളെയും ജീവിതനിലവാരത്തെയും മനോഭാവങ്ങലെയും മറ്റൊന്നാക്കി. മാറ്റം സ്വാഭാവികമാണ്. മാറ്റത്തെ ഉൾക്കൊള്ളാത്തവർ കാലഹരണപ്പെട്ടു മെന്നതും യഥാർത്ഥ്യമാണ്.

പഴയ കാർഷികവൃത്തിയുടെ ഏകവാസകേന്ദ്രീകൃതമായ ജീവിതാവസ്ഥയിൽനിന്നു തികച്ചും വ്യത്യസ്തമായ വികേന്ദ്രീകൃതമായ ജീവിതവ്യാപാരങ്ങളിലേക്കു സമൂഹമൊന്നാകെ മാറി. ആ മാറ്റത്തിന് ഇരകളായ ഭാര്യാഭർത്താക്കന്മാരും മാതാപിതാക്കളും മക്കളും കൂട്ടുകുടുംബമരുമക്കത്തായ സമ്പ്രദായങ്ങളുടെ പരസ്പരാശ്രയ സഹവർത്തിത്ത ബന്ധങ്ങളിൽനിന്നും ബന്ധനങ്ങളിൽ നിന്നും വിടുതൽ നേടി ചെറു കുടുംബങ്ങളുടെയും അണുകുടുംബങ്ങളുടെയും നിരാശ്രയ ശിഥില ബന്ധങ്ങളുടെ കൊച്ചു പാർപ്പിടങ്ങളിലേക്ക്, ഒറ്റപ്പെട്ട തുരുത്തുകളിലേക്ക് ഒതുങ്ങിക്കൂടി.

സ്നേഹംപകരലും പങ്കുവയ്ക്കലും ഇണക്കങ്ങളും പിണക്കങ്ങളും കൂട്ടുചേരലും കൂടിച്ചേരലും കരച്ചിലും കണ്ണീരും അങ്ങനെ ഒരു നാനാസങ്കീർണ വിസ്തൃതലോകം ചുരുങ്ങിച്ചുരുങ്ങി നാലുചുമരുകൾക്കുള്ളിലെ ഒറ്റ ലോകമായി. ഒറ്റപ്പെട്ടവർക്ക് ടി വിയും മൊബൈലും വീഡിയോഗെയിമും ഇന്റർനെറ്റും ഏകാന്തതയിലെ കൂട്ടായി. തിരക്കിൽപ്പെട്ടു വീട്ടിലില്ലാതായ ഭർത്താവും പിതാവുമായ ഗൃഹനാഥനും, ജോലിയും ക്ലബ്ബും ഫാഷനും ഷോപ്പിംഗുമായി വീട്ടിലില്ലാതായ ഭാര്യയും അമ്മയുമായ ഗൃഹനാഥയും, വിദ്യാപീഠങ്ങളുടെ പീഡനവും കളിക്കൂട്ടുകാരും കളിസ്ഥലങ്ങളുമില്ലാതായി ഒറ്റപ്പെട്ടുപോയ കുട്ടികളും അവരുടെ ചാറ്റിങ്ങും ചീറ്റിങ്ങും അങ്ങനെ ഒരു ആധുനിക കുടുംബചിത്രം പൂർണമായി.

ഒറ്റപ്പെട്ട കൗമാരം പിശാചിന്റെ വാസസ്ഥലമാണ്. ടി വിയും മൊബൈലും ഇന്റർനെറ്റും കുട്ടികൾക്ക് തുറന്നുകൊടുക്കുന്ന നന്മതിന്മകളുടെ വിസ്തൃതലോകം മുതിർന്നവരുടെ മനോലോകങ്ങൾക്ക് എത്തിപ്പെടാനാവാത്ത വളരെ വിദൂരമായ ഒരു മായാലോകമാണ്. ടി വിയുടെ മൊബൈലിന്റെ നെറ്റിന്റെ ആ ഇത്തിരി വട്ടത്തിലുള്ള വെട്ടത്തിലുള്ള കാഴ്ച, പണ്ടു യശോദ തന്റെ ഉണ്ണിക്കണ്ണന്റെ ഇത്തിരി വായിൽകണ്ട ഈരേഴുപതിനാലു ലോകം പോലെയുള്ള ഒരു അത്ഭുതക്കാഴ്ചയാണ്. അമ്മയുടെ തലചുറ്റിക്കുന്ന വിസ്മയ ദൃശ്യങ്ങൾ ഇന്നു ഓരോ കുട്ടിക്കും തുറന്നുകാട്ടാനുണ്ടാവും.

മനുഷ്യ വ്യക്തിത്വത്തിന്റെ മൂലക്കല്ല് അവന്റെ അല്ലെങ്കിൽ അവളുടെ ബാല്യകൗമാരങ്ങളാണ്. പിറന്നു വീഴുന്ന കുഞ്ഞിൽ ജന്മാന്തരങ്ങളുടെ ജൈവപാരമ്പര്യമുദ്രകൾ പതിഞ്ഞുകിടപ്പുണ്ട്. അതിനെ തെളിച്ചെടുക്കുന്നത് ബാല്യകൗമാരങ്ങളിലെ കുടുംബശിക്ഷണങ്ങളാണ്. പത്തുമുപ്പതു വർഷം മുമ്പ് എനിക്കുകിട്ടിയ ഒരു പുസ്തകമാണ് സിഗ്മൺഡ് ഫ്രോയിഡിന്റെ 'The Interpretaion of Dreams'. 'സ്വപ്ന വ്യാഖ്യാനം' എന്നു മലയാളത്തിൽ പറയാം. 1900-ൽ പ്രസിദ്ധീകരിച്ച, വിയന്നക്കാരനായ ഡോക്ടറുടെ ആ പുസ്തകവായന എന്നെ മനുഷ്യമനസ്സിന്റെ അധോലോകങ്ങളുടെ ആഴങ്ങൾ കാണിച്ചു തന്നു. ബാല്യത്തിലെ ഏറ്റവും പ്രധാനവും ശക്തവുമായ ആവശ്യമാണ് പിതാവിന്റെ സംരക്ഷണം. ഒരു കുട്ടിക്ക് അതിനേക്കാൾ പ്രധാനപ്പെട്ടതായി മറ്റൊന്നുമില്ലെന്നാണ് ഫ്രോയ്ഡ് എന്ന മനഃശാസ്ത്രജ്ഞൻ വെളിപ്പെടുത്തുന്നത്. ജീവിതത്തിന്റെ ആരംഭനാളുകളിൽ ഒരു കുട്ടിയുടെ ഉപബോധമനസിൽ സുരക്ഷിതത്വത്തിന്റെ ശക്തമായൊരു ലോകം സൃഷ്ടിക്കുന്നത് പിതൃസാന്നിധ്യമാണ്. ഉള്ളിൽ സ്വാഭാവികമായിട്ടുള്ള പ്രാകൃത വികാരങ്ങളെ പിന്നീട് സന്മാർഗത്തിന്റെ സദാചാരത്തിന്റെ നേർവഴികളിലേക്ക് നയിക്കുന്നത് ഈ 'ഫാദർ ഇമേജി'ന്റെ മൂല്യശിക്ഷണങ്ങളാണ്. അതാണ് വളർന്നുവരുന്ന

കുട്ടിയിൽ ആത്മവിശ്വാസമായി ആ വ്യക്തിസത്തയെ ബലപ്പെടുത്തി സംരക്ഷിക്കുന്നത്.

വില്യം ബ്ലേക്കിന്റെ ഒരു നാലുവരിക്കവിത ഓർമയിൽ വരുന്നു. അത് ഇതാണ്.

അച്ഛാ അങ്ങ് എവിടെപ്പോകുന്നു?

അരുത്, ഇത്ര ധൃതിപിടിച്ച് നടക്കരുത്

എന്നോടു സംസാരിക്കൂ, അച്ഛാ.

നിന്റെ ഈ കൊച്ചുകുട്ടിയോട് എന്തെങ്കിലും..

ഇല്ലെങ്കിൽ ഞാൻ നിനക്കു നഷ്ടപ്പെടാം.

ഒരു കൊച്ചു കവിത വലിയൊരു ആശയലോകത്തെ മനസിൽ തുറന്നിടുന്നു. ജീവിതത്തിന്റെ നാനാ സങ്കീർണമായ വ്യാപാരങ്ങളിൽപ്പെട്ടു മതിമറന്നോടുന്ന പിതാവ്. തന്റെ കുഞ്ഞ് തന്റെ പിന്നാലെയുണ്ടെന്നുള്ള കാര്യം വിട്ടുപോകുന്നു. അപ്പോൾ ആ കുഞ്ഞ് ഓർമിപ്പിക്കുകയാണ്. നീ ആർക്കുവേണ്ടിയാണോ ഓടിനടന്നു നേടുന്നത് അതെല്ലാം വ്യർത്ഥമാകും. കാരണം നീയെന്നെ അവഗണിക്കുമ്പോൾ ഞാൻ നിനക്കു നഷ്ടപ്പെടും.

നഷ്ടപ്പെടുന്ന മക്കളുടെ കഥകളാണു നാം നിത്യജീവിതത്തിൽ ചുറ്റുപാടും കേൾക്കുന്നത്. 'I shall be lost' എന്നു കുട്ടികൾ മാതാപിതാക്കളെ ഓർമപ്പെടുത്തുന്നുണ്ട്. ആ ഓർമപ്പെടുത്തൽ, മാതാപിതാക്കളും കുടുംബവുമുണ്ടെങ്കിലും കുട്ടികൾ ഉള്ളിൽ അനുഭവിക്കുന്ന അനാഥത്വത്തിൽനിന്നു വരുന്ന വിലാപമാണ്. ഒരു കുട്ടി അനാഥനാകുന്നത് എപ്പോഴാണ്. മാതാപിതാക്കൾ ഉള്ളപ്പോഴും അനാഥനാകും. അതാണു ഏറ്റവും വലിയ അപകടം. എനിക്ക് എല്ലാവരുമുണ്ട്, എന്നാൽ എനിക്കാരുമില്ല എന്ന തോന്നലാണ് ഏറ്റവും വലിയ അനാഥത്വം. അങ്ങനെ അനാഥമായി വളരുന്ന കുട്ടിയുടെ പ്രതിഷേധം കടുത്തതാകും.

മാതാപിതാക്കൾ നഷ്ടപ്പെടുമ്പോൾ കുട്ടികൾ അനാഥരാവും. പക്ഷേ, അവരതിൽ നിന്നു ഉയിർത്തെഴുന്നേൽക്കും. ഞാനീ ലേഖനം എഴുതുന്ന ദിനം നമ്മുടെ വി.എസ്. അച്യുതാനന്ദനു 90 വയസു തികയുകയാണ്. വി.എസിനു നാലുവയസ്സുള്ളപ്പോൾ അമ്മ മരിച്ചു. പിന്നാലെ അച്ഛനും മരിച്ചു. അനാഥനായ ആ കുട്ടിയുടെ സംരക്ഷണം പിതൃസഹോദരിക്കായി. ആ കുട്ടിയാണു കേരളത്തിന്റെ സാമൂഹ്യരാഷ്ട്രീയത്തിലെ ഒരു നിയോഗമായത്. ഇരുപതാം നൂറ്റാണ്ടിലെ ഏറ്റവും വലിയ ചിന്തകനായ ബർട്രാൻഡ് റസ്സലിന്റെ അഞ്ചുവയസിൽ മാതാപിതാക്കൾ മരിച്ചുപോയി. അനാഥനായി വളർന്ന കുട്ടിയുടെ ആശയങ്ങൾ കഴിഞ്ഞ നൂറ്റാണ്ടിന്റെ ഏറ്റവും വലിയ സ്വാധീനശക്തിയായി.

ശരീരസംരക്ഷണത്തിനപ്പുറമൊരു സുരക്ഷിതത്വബോധവും ആത്മബോധവും വൈകാരിക തൃപ്തിയും കുട്ടികൾക്കു നൽകേണ്ടതു രക്ഷാകർത്താക്കളുടെ ധർമ്മമാണ്. തെറ്റിപ്പിരിഞ്ഞു ജീവിക്കുന്ന ഭാര്യാഭർതൃബന്ധങ്ങളുടെ ദുരന്തം പേറുന്നത് അവരുടെ കുട്ടികളാണ്. ഒരു കൂരയ്ക്കു കീഴിൽ ഒന്നിച്ചു കഴിയുന്ന തങ്ങളുടെ മാതാപിതാക്കൾ മനസ്സുകൊണ്ടു അകലെയാണെന്നു ആദ്യം തിരിച്ചറിയുന്നതു അവരുടെ കുഞ്ഞുങ്ങൾ തന്നെയാണ്. ആ കുഞ്ഞുങ്ങളും ഒരർത്ഥത്തിൽ അനാഥാലയത്തിൽ തന്നെയാണ്. അവരുടെ ആ അനാഥത്വം മാറ്റാൻ അവരുടെ രക്ഷാകർത്താക്കൾ കൂട്ടിവയ്ക്കുന്ന പണത്തിനോ വാരിക്കോരിക്കൊടുക്കുന്ന ഭക്ഷണത്തിനോ ഉടുപ്പിനോ ആഭരണത്തിനോ വിദ്യാഭ്യാസത്തിനോ കഴിയുകയില്ല.

മറ്റെന്തു കൊടുത്തില്ലെങ്കിലും വിദ്യാഭ്യാസം തങ്ങളുടെ കുഞ്ഞുങ്ങൾക്കു നൽകുന്ന കാര്യത്തിൽ നാം മുൻപന്തിയിൽത്തന്നെയാണ്. ഏറ്റവും വലിയ ഫീസ് വാങ്ങിക്കുന്ന വിദ്യാലയം ഏറ്റവും നല്ല വിദ്യാലയം. രണ്ടാം തരം ഫീസുവാങ്ങുന്ന വിദ്യാലയം രണ്ടാംതരം. ആ ധാരണയ്ക്കപ്പുറത്ത് ഈ ആഡംബര സ്വാശ്രയ വിദ്യാലയങ്ങൾ എന്തു വിദ്യാഭ്യാസം കൊടുക്കുന്നു എന്നു ഏതെങ്കിലും അച്ഛനമ്മമാർ അന്വേഷിക്കാറുണ്ടോ. ആ വിദ്യാപീഠങ്ങൾ പീഡനങ്ങളുടെ പാഠങ്ങൾ നല്കുകയാണെങ്കിലോ? ഗ്ലോബൽ സ്കൂൾ ആയാലും സി.ബി.എസ്.ഇയായാലും, ഐ.സി.എസ്.ഇ യായാലും വിദ്യാപീഠങ്ങൾ പീഡനങ്ങളുടെ പാഠങ്ങൾ നല്കുകയാണെങ്കിലോ? ഗ്ലോബൽ സ്കൂൾ ആയാലും സി.ബി.എസ്.ഇയായാലും, ഐ.സി.എസ്.ഇ യായാലും വിദ്യകൊണ്ട് അറിയേണ്ടതെന്തോ അതറിയാതെ അതറിയിക്കാതെ കുങ്കുമം ചുമക്കുന്ന ഗർദ്ദഭത്തെപ്പോലെ ആക്കിയെടുക്കുകയല്ലേ എന്നു ശങ്കിക്കേണ്ടിയിരിക്കുന്നു. ഇംഗ്ലീഷ്, കണക്ക്, ഫിസിക്സ്, കെമിസ്ട്രി ഇത്യാദി വിഷയങ്ങൾക്ക് ഫുൾ മാർക്കുവാങ്ങി എൻട്രൻസെഴുതി ഡോക്ടർ, എൻജിനീയർ ആകാനുള്ള വിദ്യക്കപ്പുറത്തൊരു വിദ്യയില്ലേ, പ്രൊഫഷനില്ലേ, സ്ഥാനമാനങ്ങളില്ലേ, വരുമാനമാർഗമില്ലേ... സച്ചിൻ തെണ്ടുൽക്കർ ഇന്ത്യയിലെ ഏറ്റവും പ്രശസ്തനും ധനികനും ജന്റിൽമാനുമായത് ഏതു ഉന്നത വിദ്യാഭ്യാസം നേടിയിട്ടാണ്? യേശുദാസ് ഇന്ത്യയിലെ ഗാനഗന്ധർവനായത് ഏത് കോളേജിൽ പഠിച്ചിട്ടാണ്? കമലഹാസൻ മൂന്നുവട്ടം ഭരത് ആവാർഡ് നേടിയത് പത്താംക്ലാസ്സു വരെ പഠിച്ചിട്ടാണോ? എന്തിനേറെ, പത്താംക്ലാസിൽ തോറ്റ ഒരാളാണു വെള്ളാപ്പള്ളി നടേശൻ. അദ്ദേഹം പറയുന്നു. 'പക്ഷേ ജീവിതത്തിൽ ഒരിക്കലും തോറ്റതായി എനിക്കു തോന്നിയിട്ടില്ല."

ജീവിതത്തിൽ ഒരിക്കലും തോറ്റതായി തോന്നിക്കാത്ത ആത്മബോധം നൽകലാണ് വിദ്യാഭ്യാസത്തിന്റെ കാതലായ ലക്ഷ്യം.

ആ ലക്ഷ്യത്തിലെത്തിക്കാൻ നമ്മുടെ വിദ്യാഭ്യാസ സമ്പ്രദായത്തിനു കഴിഞ്ഞിട്ടുണ്ടോ? ഒരു കുട്ടി ഭാവിയിൽ നേരിടാനിടയുള്ള ജീവിത പ്രാരാബ്ധങ്ങളെ, പ്രതിബന്ധങ്ങളെ, തോൽവികളെ അതിജീവിക്കാനുള്ള മനോധൈര്യം കുടുംബത്തിനോ വിദ്യാലയത്തിനോ ഏതളവിൽ കൊടുക്കാൻ സാധിക്കുന്നു. കുട്ടികൾ തീയിൽ കുരുക്കണം. എങ്കിൽ വെയിലത്തു വാടില്ല. ഞങ്ങളുടെ കൊച്ചുനാളിൽ ഞങ്ങളൊത്തിരി കഷ്ടപ്പെട്ടു. അതു ഞങ്ങളുടെ കുട്ടികൾക്ക് ഉണ്ടാകാൻ പാടില്ല എന്ന ന്യായമാണ് പല മാതാപിതാക്കളും പറയുന്നത്. ഇതിനൊരു ന്യായീകരണവുമില്ല. പരുക്കനായ ജീവിതയാഥാർത്ഥ്യങ്ങളുടെ മുന്നിൽ ഈ കുട്ടികൾ പതറുന്നതു എന്തുകൊണ്ടാണ്. ദുഃഖദുരിതങ്ങൾ അവർ അറിയട്ടെ. ഇല്ലായ്മകളും വല്ലായ്മകളും അവർക്ക് അനുഭവപ്പെടട്ടെ. അവർ മഴയും വെയിലും കൊള്ളട്ടെ. അവർ ഇരുട്ടും നക്ഷത്രവും നിലാവും കാണട്ടെ. കടലോരത്തും പുഴയോരത്തും ഇരുന്നു കാറ്റുകൊള്ളട്ടെ. അവർ പറമ്പുകളും കുന്നുകളും മലകളും താണ്ടിപ്പോകട്ടെ. പശുവിനെയും പാമ്പിനെയും കോഴിയേയും പട്ടിയേയും കാണട്ടെ. അവർ ഋതുഭേദങ്ങൾ തിരിച്ചറിയട്ടെ. വയലും കൃഷിയും കൊയ്ത്തും മെതിയും കാണട്ടെ. പ്രകൃതിയാണു ഒരുവന്റെ യഥാർത്ഥ ഗുരു.

'വ്യഥപോലറിവോതിടുന്ന സത്ഗുരു വേറെയൊന്നില്ല' എന്നു കുമാരനാശാൻ. വ്യഥയ്ക്കപ്പുറം മറ്റൊരു ഗുരുവില്ല. ആ ഗുരു നമ്മുടെ കുഞ്ഞുങ്ങളുടെ ശരീരത്തെയും മനസിനെയും നുള്ളിനോവിച്ചു നല്ല പാഠങ്ങൾ പഠിപ്പിക്കും. അപ്പോൾ കുട്ടികൾ കരഞ്ഞുപോകും. കരയുന്നതു നല്ലതാണ്. 'സ്റ്റീൽ ജോൺസൻ സിൻഡ്രോം' എന്നൊരു കണ്ണുരോഗമുണ്ട്. അത് കണ്ണിന്റെ ഉപരിതലത്തെ നേർമ്മയുള്ളതും ശുദ്ധവും ആർദ്രവുമായി നിലനിറുത്തുന്ന കണ്ണീർ പാളികളെ നശിപ്പിച്ചുകളയും. അത് കണ്ണീരില്ലാതാക്കുന്നു. മനുഷ്യരെന്തിനാണു കരയുന്നത്? കൂടുതൽ വ്യക്തമായ കാഴ്ചകിട്ടാൻ അതിനു കണ്ണിന്റെ ചില്ലുജാലകൾ കൂടെക്കൂടെ കഴുകേണ്ടതുണ്ട്. അപ്പോഴാണു സ്ഫുടമായ കാഴ്ച, ഉൾക്കാഴ്ച അതാണു ദർശനം. ജീവിതത്തിൽ ദർശനങ്ങൾ ഉണ്ടാകുന്നത് കണ്ണീരിലൂടെയാണ്. കണ്ണീർക്കടൽക്കകം മുത്തുകൾ കിടപ്പുണ്ടെന്നു കുട്ടികൾ പിന്നീടു തിരിച്ചറിഞ്ഞുകൊള്ളും.

പന്ത്രണ്ടുവയസ് ഏതോ കുഴപ്പമുണ്ടാക്കുന്ന ഒരു ദശാസന്ധിയാണോ? കുട്ടികൾ പെട്ടെന്നു വളരും. പന്ത്രണ്ടു വയസിലെത്താൻ പന്ത്രണ്ടുവർഷം മതി. പന്ത്രണ്ടു വയസുള്ള കുട്ടി മുതിർന്ന കുട്ടിയാണ്. പന്ത്രണ്ടുവയസുള്ള കുട്ടി വീടുവിട്ടുപോകാം. വീടിനേക്കാൾ ഭേദമാണ് ചിലപ്പോൾ തെരുവ്. മൂന്നുദിവസം തെരുവിലൂടെ തിരഞ്ഞു, തിരിച്ചു നടന്നതിനുശേഷമാണ് ഒരു പന്ത്രണ്ടുവയസുകാരനെ ദേവാലയത്തിൽനിന്നു കണ്ടെത്തിയത്.

അവന്റെ മതാപിതാക്കൾ ഈ മൂന്നു ദിവസവും അവനെച്ചൊല്ലി കരയുകയായിരുന്നു. ആ കണ്ണീരിന് ഒടുവിലാണ് അവനെ അവന്റെ മാതാപിതാക്കൾ തിരിച്ചറിഞ്ഞത്. തങ്ങളുടെ മകൻ ആരാണെന്ന്, അവന്റെ ജന്മ ദൗത്യം എന്താണെന്ന്. സിനഗോഗിലെ അധികാരിയായ ജായ്റോസിന്റെ പന്ത്രണ്ടു വയസുകാരിയായ ഏക പുത്രി മരിച്ചപ്പോൾ എല്ലാവരും കരഞ്ഞു. കുഴലൂത്തു കാരും ബഹളം കൂട്ടുന്നവരും വിലപിക്കുന്നവരും അവളുടെ വീട്ടിൽ കൂടിനിന്നു. ഗുരു വന്നു അവരെയെല്ലാം പുറത്താക്കിയശേഷം അകത്തുകടന്നു അവളുടെ കൈക്കു പിടിച്ചു പറഞ്ഞു: കുട്ടീ എഴുന്നേൽക്കുക അപ്പോൾ കുട്ടി എഴുന്നേറ്റു.

മാതാപിതാ, കുട്ടിക്ക് ഗുരുവാണ്. അധ്യാപകനും ഗുരുവാണ്. അവർ കൈക്കുപിടിക്കുമ്പോൾ, അവർ സ്നേഹപൂർവം വിളിക്കുമ്പോൾ ഏതു മരിച്ച കുട്ടിയും ആത്മാവിൽ തിരിച്ചുവരും. ബഥാനിയായിലെ മർത്താ മറിയത്തിന്റെ സഹോദരൻ ലാസർ മരിച്ചപ്പോൾ അവരുടെ ഗുരു കണ്ണീർപൊഴിച്ചു. അപ്പോൾ കണ്ടുനിന്നവർ പറഞ്ഞു അവൻ എത്രമാത്രം ലാസറിനെ സ്നേഹിച്ചിരുന്നു. സ്നേഹത്തിൽനിന്നു കിനിയുന്ന നീരുറവയാണു കണ്ണീർ. മനുഷ്യരാശിയുടെ കണ്ണീർ ഏറ്റുവാങ്ങുന്ന മഹാഗുരുവിന്റെ കണ്ണീരിൽ, ബന്ധിക്കപ്പെട്ടവരുടെ കെട്ടുകളെല്ലാം അഴിഞ്ഞുവീഴും.

കുട്ടികളെല്ലാം ജന്മത്തിന്റെ സമൂഹത്തിന്റെ കെട്ടുപാടുകളിലാണ്. മാതാവിന്റെ പിതാവിന്റെ ഗുരുവിന്റെ സ്നേഹാശ്രുവിൽ ആ കെട്ടുകളെല്ലാം താനേ അഴിഞ്ഞു പോകും. സ്വതന്ത്രരാകുന്ന കുട്ടികൾ പകൽവെളിച്ചത്തിൽ മഹത്വങ്ങളിലേക്കു നടന്നുപോകും. അവർ കാൽതട്ടി വീഴില്ല. കാരണം ഈ ലോകത്തിന്റെ പ്രകാശം അവർ കാണുന്നു.

●

പിതാവും പുത്രനും

പത്രം വായിച്ചുകൊണ്ടിരുന്ന ഭാര്യ ഞെട്ടലോടെ വിളിച്ചുപറഞ്ഞു: ദേ, മകൻ അപ്പനെ വെടിവെച്ചു കൊന്നു വെട്ടി നുറുക്കി വഴിവക്കിലും പുഴയിലുമെല്ലാം വലിച്ചെറിഞ്ഞിരിക്കുന്നു.

ഞാനവളുടെ കണ്ണുകളിൽ ഒരു നടുക്കം കണ്ടു. ആ നടുക്കം മുറ്റത്തെ ചെമ്പകമരത്തിന്റെ ഇലകളിലും തെങ്ങോലകളിലും കണ്ടു. പക്ഷേ എനിക്കു അത്രയ്ക്കങ്ങു വികാരഭേദമുണ്ടായില്ല. നിഷ്ഠൂരനോ ശിലാഹൃദയനോ ആയതുകൊണ്ടല്ല. ഒരു കണ്ണീർ കണം കണ്ടാൽ മാനുഷികതയുടെ ലോലഭാവങ്ങളുണരുന്ന ആർദ്രമനസ്കനാണു ഞാൻ. എങ്കിലും ഇപ്പോൾ നടുക്കമില്ലാതെ നിന്നതു, മനുഷ്യാവസ്ഥയുടെ നാനാസങ്കീർണ്ണങ്ങളായ അഗാധങ്ങളെ, അപാരതകളെ ഒട്ടൊക്കെ അടുത്തറിയാൻ ഈ പ്രായത്തിനിടയിൽ സാധിച്ചു എന്നതുകൊണ്ടാണ്. മനുഷ്യനെ കൂടുതൽ പഠിക്കുമ്പോൾ, അവനിൽ എല്ലാം സംഭവ്യമാണെന്നു നാം തിരിച്ചറിയും. തിരിച്ചറിവാണല്ലോ യഥാർത്ഥ അറിവ്.

മനുഷ്യ ചെയ്തികളിലെ ഭീകരദുരന്തങ്ങളെയും മനുഷ്യമനസ്സുകളിലെ അധോലോക ഇരുട്ടറകളെയും എന്നെ ബോദ്ധ്യപ്പെടുത്തിയതു ചില പുസ്തകങ്ങളാണ്. ഞാനധികം പുസ്തകങ്ങളൊന്നും വായിച്ചിട്ടില്ല. വായിച്ചവയിൽ ചിലത് വീണ്ടും വീണ്ടും വായിക്കും. വായന പേർത്തും പേർത്തും മനുഷ്യന്റെ അവസ്ഥാന്തരങ്ങളെ അനുഭവിപ്പിക്കും.

ഒരായുസ്സിന്റെ അനുഭവം കൊണ്ട് സാധാരണ മനുഷ്യർ അധികമൊന്നും പഠിക്കുന്നില്ല,. ക്ഷണഭംഗുരമായ ജീവിതത്തിനു അതിനൊട്ടു സമയവുമില്ല, എങ്കിലും ചില അസാധാരണ ജീവിത പ്രതിഭകൾ ഒരു പ്രതിഭാസംപോലെ തലമുറകൾക്കിടയിൽ വന്നുപോകും. അവരാണ്

യഥാർത്ഥത്തിൽ മനുഷ്യകുലത്തിനെ അർത്ഥവത്താക്കി ഇഹലോക ജീവിതത്തെ സാക്ഷ്യപ്പെടുത്തുന്നത്. അവർ, അവരുടെ ക്ഷണികജീവിതത്തിന്റെ തിരക്കിനിടയിൽ ഏകാന്തതയുടെ ഒരു മറുലോകം സൃഷ്ടിച്ച മനുഷ്യാവസ്ഥയെക്കുറിച്ച് ഗാഢഗാഢം ചിന്തിച്ച, ജീവിതത്തിന്റെ സമഗ്രതകളെ പകർത്തിവച്ചും, വരാനിരിക്കുന്ന തലമുറകൾക്കു മുന്നറിയിപ്പും മുൻ കരുതലുമായി.

എന്നെ ആദ്യം പിടിച്ചുകുലുക്കിയ പുസ്തകം, ക്രിസ്തുവിനും മുമ്പുള്ള ഒരു ഗ്രീക്ക് നാടകമാണ്. സോഫോക്ലീസിന്റെ 'ഇഡിപ്പസ് രാജാവ്'. തെബ്സിലെ രാജാവായ ലയസിനെ കൊല്ലുകയും, ആ രാജാവിന്റെ രാജ്ഞി ജോക്കസ്റ്റയെ വിവാഹം ചെയ്തു രാജാവായി മാറിയ ഇഡിപ്പസ് എന്ന യവനയുവാവിന്റെ കഥയാണിത്. ഇഡിപ്പസ് വധിച്ചത് സ്വന്തം പിതാവിനെയായിരുന്നു. ഇഡിപ്പസ് വിവാഹം ചെയ്തത് സ്വന്തം മാതാവിനെയായിരുന്നു. ഷേക്സ്പിയറിന്റെ കിങ് ലിയർ, മാക്ബത്ത് തുടങ്ങിയ മഹാദുരന്ത നാടകങ്ങളെ വെല്ലുന്ന ലോകോത്തര ദുരന്തനാടകമാണ് 'ഇഡിപ്പസ് രാജാവ്' മകൻ പിതാവിനെ കൊന്നതും അമ്മയെ പ്രാപിച്ചതും ബോധപൂർവ്വമല്ല. ഒക്കെ ശരിതന്നെ, പക്ഷേ ബോധാബോധങ്ങളുടെ കുഴമറിച്ചിലുകൾക്കപ്പുറത്ത് ആനന്തവും അജ്ഞാതവുമായ മനോഭാവങ്ങളുടെ ആഴങ്ങളിൽ ഒരുപിതൃവധവും ഒരു മാതൃവേഴ്ചയും സ്വപ്നംപോലെ അരങ്ങിലെത്താറുണ്ട്. അതാണീ നാടകം കാലാകാലങ്ങളായി മനുഷ്യരാശിയെ ഓർമ്മിപ്പിക്കുന്നതും അത്ഭുതപ്പെടുത്തുന്നതും. നാടകത്തിന്റെ നാലാമങ്കത്തിൽ, ഇഡിപ്പസ് തന്റെ ഭാര്യയോടു പറയുന്നു. I was to kill my father- that's what prophecy foretold... and the horrible probhecy that I must marry my mother.

പക്ഷേ ഇവിടെ ഇതും രണ്ടും ഇതിനോടകം സംഭവിച്ചു കഴിഞ്ഞിരിക്കുന്നു. രാജ്ഞി പറയും പോലെ; all we can do is live wait and see what each day brings.

ഓരോ ദിനവും നമ്മുടെ മുന്നിൽ കൊണ്ടുവരുന്നത്, പ്രവചനാതീതമായ മനുഷ്യാവസ്ഥയുടെ അധോലോക കഥകളാണ്. ഈ മനുഷ്യകഥകൾ കണ്ടും കേട്ടും അന്തംവിട്ടു നില്ക്കുന്ന മനസ്സിൽ യാഥാർത്ഥ്യമേത്, അയഥാർത്ഥ്യമേത്, സത്യമേത്, മിഥ്യയേത്, നമ്മുടെ എല്ലാ വിചാരവികാരങ്ങളെയും സ്വപ്ന സങ്കല്പങ്ങളെയും തകിടം മറിച്ചുകൊണ്ട് ജീവിതമിങ്ങനെ തുടരുന്നു.

യൗവ്വന സുരഭിലമായ എന്റെ സ്വപ്ന വസന്തങ്ങളെ തീമഴ അയച്ച് കരിപ്പിച്ചുകളഞ്ഞ, എന്നെ കരയിപ്പിച്ച ഒരു പുസ്തകമാണ് 'കരമസോവ് സഹോദരന്മാർ' റഷ്യൻ നോവലിസ്റ്റായ ദസ്തയോവിസ്കിയുടെ ലോകോത്തര നോവലാണിത്. 1880-ൽ പ്രസിദ്ധീകരിച്ച ഈ

ഇതിഹാസം ഇന്നും മനുഷ്യമനസ്സിന്റെ നിഗൂഢതകളെ വീണ്ടും വീണ്ടും വെളിപ്പെടുത്തി ഇടിമുഴക്കം കേൾപ്പിക്കുന്നു. മനുഷ്യബന്ധങ്ങളുടെ സമഗ്രപര്യായംപോലെ കാലങ്ങളെ അതിശയിപ്പിക്കുന്നു. മഹാഭാരതംപോലെ അതിലില്ലാത്തതായി മറ്റൊന്നുമില്ല മറ്റെങ്ങുമില്ല. ഇതിൽ പിതാവും പുത്രന്മാരും പുത്രിമാരും അമ്മയും രണ്ടാനമ്മയും കാമുകനും കാമുകിയും പ്രേമവും കാമവും പ്രതികാരവും വഞ്ചനയും അസൂയയും വേലക്കാരിയും അവിഹിതവും ജാരസന്തതിയും ചെകുത്താനും ദൈവവും അങ്ങനെ എല്ലാമെല്ലാം എണ്ണൂറു പേജിൽ നിറഞ്ഞുകവിയുന്നു.

ഫയദോർ പാവ് ലോവിച്ച് കാരമസോവ് എന്ന പിതാവിന്റെ കൊലപാതകവും അതിന്റെ കുറ്റാന്വേഷണവുമാണ് ഇതിവൃത്തം. മൂന്നു ആൺമക്കളിൽ മൂത്തമകനായ ദിമിത്രിയുടെമേലാണ് പിതൃഹത്യയുടെ തെളിവുകളെല്ലാം വന്നു വീഴുന്നത്. ഒടുവിൽ കോടതിയിൽ വിചാരണ വേളയിൽ ദിമിത്രിയുടെ ഒരു പ്രസ്താവനയുണ്ട്. “ശരിയാണ്, ഞാനെന്റെ പിതാവിനെ കൊല്ലുവാൻ പലതവണ ആഗ്രഹിച്ചിട്ടുണ്ട്. എങ്കിലും ഞാൻ പിതാവിനെ കൊന്നിട്ടില്ല.” ദിമിത്രി അല്പസമയം നിശബ്ദനായി ചുറ്റും ഒന്നുനോക്കി. “സ്വന്തം പിതാവിന്റെ മരണം ആഗ്രഹിക്കാത്ത ഏത് പുത്രനാണുള്ളത്.”

കോടതി നടുങ്ങി. ഒരു മഹാനിശ്ചലത ചുറ്റും നിറഞ്ഞു. ദിമിത്രിയുടെ ഹൃദയം നിറഞ്ഞു. വായനക്കാർ ഒന്നമ്പരന്നു സ്വന്തം മനസ്സാക്ഷിയിലേക്കു തിരിഞ്ഞു. പത്തൊമ്പതാം നൂറ്റാണ്ടിന്റെ അന്ത്യഭാഗം ഈ വാക്കിന്റെ പൊരുൾതേടി. അങ്ങനെയാണ് സിഗ്മണ്ട് ഫ്രോയിഡ് എന്ന വിയന്നയിലെ ഭിഷഗ്വരൻ 1900ൽ ഒരു പുസ്തകം പ്രസിദ്ധീകരിച്ചത്. ‘ദ് ഇന്റർപ്രട്ടേഷൻ ഓഫ് ഡ്രീംസ്’ ആ സ്വപ്ന വ്യാഖ്യാന ഗ്രന്ഥം ഇരുപതാം നൂറ്റാണ്ടിന്റെ ചിന്തയായി. മനുഷ്യമനസ്സിന്റെ ആഴങ്ങളിലേക്ക് ഒരു മനുഷ്യൻ ആദ്യമായി മുങ്ങാംകുഴിയിട്ടു ഇറങ്ങിച്ചെന്നതു ചരിത്രമായി. അടിച്ചമർത്തി വച്ച കാമനകളുടെ ബഹിർഗമന സാഫല്യമായി സ്വപ്നങ്ങൾ.

“The dream is the (disguised)fulfilment of (suppressed, repressed)wish; the fulfilment of the wish of our childhood”.

ഫ്രോയിഡ് ഈ സിദ്ധാന്തം അവതരിപ്പിക്കുമ്പോൾ അദ്ദേഹത്തിന്റെ മനസിൽ ജോക്കാസ്റ്റാ, ഇഡിപ്പസിനോടു പറയുന്ന ഈ വാക്കുകൾ അലയടിച്ചിരിക്കണം. “you are afriad of killing your own father and marrying your own mother... But there is no need to be! Hundreds of men have dreamed of it before you, and none of them, have ever done it.

ബാല്യം വളരെ ശ്രദ്ധിക്കേണ്ട ഒരു ഘട്ടമാണ്. നൂറ്റാണ്ടുകൾക്കു പിന്നിൽ നിന്ന് പ്രാകൃത ജൈവ കാമനകൾ പേറി വരുന്ന അസംസ്കൃതമായ ഒരു മനുഷ്യജീവിയെ, മനുഷ്യജീവിതത്തിന്റെ ദൈവിക മഹിമകളിലേയ്ക്കു പരിണമിപ്പിക്കേണ്ട അപകടം പിടിച്ച ഒരു ദശാസന്ധിയാണിത്. ഫാദർ ഇമേജ് എന്ന സ്വത്വത്തിനെതിരെ പ്രതിരോധിക്കുന്ന 'ഇഡിപ്പസ് കോംപ്ലക്സ്' എന്ന പ്രതിഭാസത്തെ സൈക്കോ അനാലസിസിലൂടെ വെളിപ്പെടുത്തിയ ഫ്രോയിഡിയൻ തിയറി ഈ സത്യത്തിലേയ്ക്കാണു വിരൽ ചൂണ്ടുന്നത്.

മനുഷ്യന്റെ ആരംഭമാണു ബാല്യം. ആരംഭം നന്നാകണം. ശിഷ്ടായുസ് നന്നാകാൻ, ജീവിതം നേർവഴിക്കാകാൻ, കുട്ടികൾ സന്തോഷത്തോടെ വളരണം. കുട്ടികളെ സന്തോഷത്തോടെ വളർത്തണം, അവർ മറ്റുള്ളവരെ സന്തോഷിപ്പിക്കാൻ.

നല്ല വീട്, നല്ല സ്കൂൾ, കുട്ടികളുടെ വളർച്ചയുടെ പശ്ചാത്തലമൊരുക്കണം. മാതാപിതാക്കൾ, അധ്യാപകർ, കുട്ടികൾക്കു മാതൃകകളാവണം. അവരുടെ ചെയ്തികൾ കണ്ടാണു കുട്ടികൾ പഠിക്കുന്നത്. അല്ലാതെ അവർ പറയുന്നതു കേട്ടല്ല. മുതിർന്നവരുടെ കല്പനകൾ ഇളം മനസ്സുകളിൽ കലഹമുണർത്തും.

'Show me your children and I will tell you what you are.'

ചെങ്ങന്നൂരിലെ ഷെറിൻ എന്ന മകൻ, സ്വന്തം പിതാവിനെ ക്രൂരമായി കൊന്നെറിഞ്ഞപ്പോൾ അവന്റെ കൈ വിറച്ചില്ല. മനമിടറിയില്ല. ആ മകൻ പിന്നീടു വെളുപ്പെടുത്തിയതു ബാല്യത്തിൽ അവനേറ്റ സ്നേഹനിരാസത്തിന്റെയും അവഗണനകളുടെയും കഥകളാണ്. താൻ വലിച്ചെറിഞ്ഞ പിതൃശരീരഭാഗങ്ങൾ കണ്ടെത്തുമ്പോൾ, അവൻ മൂക്കുപൊത്തിയില്ല. കരഞ്ഞില്ല, പശ്ചാത്തപിച്ചില്ല. പകരം അപ്പോഴും വൈരാഗ്യത്തിന്റെ പകയുടെ പ്രതികാരത്തിന്റെ പല്ലിറുമ്മികടിച്ചു നിന്നു.

നമ്മുടെ ജന്മപാപ സങ്കല്പമുണ്ടല്ലോ, ജനനം തന്നെ പാപമാണെന്നുള്ള വിചാരം, അതേ പോലെ ഒന്നാണു അപ്പനും മകനും തമ്മിലുള്ള ജന്മശത്രുതഎന്നു മനഃശാസ്ത്രം പറയുന്നു. ആ നൈസർഗീക കറമായ്ച്ചു കളയേണ്ടതു ബോധപൂർവ്വം പിതാവുതന്നെയാണ്. മടിയിലിരുത്തി, ഹൃദയത്തോടു ചേർത്തു വച്ചു പുന്നാരിക്കുമ്പോൾ ആ ജന്മശത്രുതാമുദ്ര മെല്ലെമെല്ലെ ഇല്ലാതാകും. ഇല്ലാതാക്കേണ്ടതു പിതാവിന്റെ കടമയാണ്. മാതാപിതാക്കൾ മക്കൾക്കുവേണ്ടിയാണ്. അല്ലാതെ മക്കൾ മാതാപിതാക്കൾക്കുവേണ്ടിയല്ല.

ഗ്രഹങ്ങൾ സൂര്യനെ വലംവെക്കുംപോലെ, കുട്ടികൾ മാതാപിതാക്കളെ ചുറ്റിപ്പറ്റി നില്ക്കുന്ന പ്രായത്തിൽ, സ്നേഹം വാരിക്കോരിക്കൊടുത്ത്,

മനുഷ്യത്വത്തിലേയ്ക്കും ദൈവികതയിലേയ്ക്കും അവരെ ആനയിക്കണം. പിന്നീട്ടു വളർന്നു വളർന്നു അവർ അകന്നുപോകുമ്പോൾ, ഏകാന്തനിമിഷങ്ങളിൽ അവർ ആത്മാവിൽ ഏകരാകുമ്പോൾ, ഭൂതകാലസ്മരണകളിൽ പഴയ ഗൃഹാങ്കണങ്ങളും, കളിചിരികളും ഗൃഹാതുരതയോടെ വന്നു തലോടുമ്പോൾ, അവിടെ അപ്പന്റെ രക്ഷാകര സ്പർശവും അമ്മയുടെ അമ്മിഞ്ഞമണവും ആർദ്രവികാരമായി വന്നു നിറയണം.

മഹത്തായ ബൃഹത്തായ 'കാരമസോവ് സഹോദരന്മാർ' അവസാനിക്കുന്നത്, ഇളയ മകൻ അലോഷ്യ, ഇല്യൂഷാ എന്ന കുട്ടിയുടെ കുഴിമാടത്തിൽ നിന്ന ആ കുട്ടിയുടെ കൂട്ടുകാരോടു സംസാരിക്കുന്ന രംഗത്താണ്.

You must know that there is nothing higher or stronger, or sounder, or more useful afterwards in life, than some good memory from childhood, from the parental home. Some such beautiful sacred memory, preserved from childhood, is the best education. If a man stores up many such memories to take into life, then he is saved for his whole life.

തകർന്നടിഞ്ഞ ഒരു ബാല്യത്തിന്റെ പിതൃഭവന പശ്ചാത്തലത്തിൽ നിന്നുകൊണ്ടാണ് കാരമസോവ് സഹോദരൻ ഇപ്രകാരം വെളിപാടിന്റെ വാക്കുകൾ വെളിപ്പെടുത്തുന്നത്. ബാല്യത്തിന്റെ പിതൃഭവനം നൽകുന്ന മൂല്യത്തിൽ നിന്നാണ ഒരുവൻ രക്ഷപ്പെടുന്നതും മറ്റുള്ളവർക്കു രക്ഷകരാകുന്നതും. വിധിക്കപ്പെടാതിരിക്കാനും വധിക്കപ്പെടാതിരിക്കാനും വീടും കുട്ടിയും രക്ഷിക്കപ്പെടണം

രക്ഷാകരപ്രവൃത്തികളിലെല്ലാം, ഓർക്കുക, കുരിശിന്റെ നിഴൽ വീണുകിടപ്പുണ്ട്.

•

വീടിനല്ല പ്രാധാന്യം

വർഷങ്ങൾക്കു മുമ്പ്, എന്റെ ബൈബിൾ വായനയുടെ ആരംഭദിശയിൽ, മനസ്സിൽ അടയാളപ്പെടുത്തിയ ഒരു സുവിഷേ വാക്യമുണ്ട്. ഹെബ്രായർക്കുള്ള ലേഖനത്തിൽ മൂന്നാം അദ്ധ്യായത്തിൽ, മൂന്നാം വാക്യം 'വീടുപണിതവൻ വീടിനെക്കാൾ പ്രാധാന്യമർഹിക്കുന്നു.?'

കാലം കടന്നുപോയി. ഗൾഫും, അമേരിക്കയും യു.കെയും നമ്മുടെ നാട്ടിൻ പുറങ്ങളിലെ സാധാരണക്കാർക്കു പോലും പ്രാപ്യമായപ്പോൾ, നമ്മുടെ നാട്ടിൻ പുറങ്ങളിലെവഴിയോരക്കാഴ്ചകളിൽ, നാട്ടിൻപുറങ്ങളുടെ പ്രകൃതിക്കും പ്രകൃതത്തിനും ഇണങ്ങാത്ത രീതിയിൽ വീടുകളുടെ രമ്യഹർമ്മങ്ങൾ പ്രത്യക്ഷപ്പെട്ടു. പണ്ട് സതീർത്ഥ്യനായ ശ്രീകൃഷ്ണനെ കാണാൻ പോയ ദരിദ്രകുചേലൻ തിരിച്ചു വന്നപ്പോൾ തന്റെ കുടിലിരുന്ന സ്ഥാനത്തു കണ്ട കൊട്ടാരം പോലെ.

വീട് പണിതവൻ വീടിനേക്കാൾ പ്രാധാന്യമർഹിക്കുന്നു എന്ന ഹെബ്രായ വാക്യം, വീടിനല്ല പ്രധാന്യം, വീട് പണിതവനുതന്നെയാണ് എന്ന് ഉറപ്പിച്ചു ബോദ്ധ്യപ്പെടുത്തുന്നു. എന്റെ പഴയ പാവപ്പെട്ട ഗ്രാമത്തിലേയും അതിനേക്കാൾ പാവപ്പെട്ട എന്റെ അയൽഗ്രാമത്തിലെയും വീടെന്ന പേരിൽ പണിഞ്ഞ ആഡംബരകെട്ടിടങ്ങളും അതിനേക്കാൾ പ്രതാപത്തിൽ നിർമ്മിച്ച വന്മതിലുകളും ഞാനിന്നു കാണുമ്പോൾ, എന്റെ പഴഞ്ചൻ മനസ്സിൽ ആ വാക്യത്തിന്റെ അകപ്പൊരുൾ വീണ്ടും വീണ്ടും തെളിഞ്ഞുവരികയാണ്.

വീടൊരു സ്വപ്നമാണ്. വീടില്ലാത്തവർ കുടിലുകൾ സ്വപ്നം കാണും. (വഴിയോരങ്ങളും പീടികത്തിണ്ണകളും മരച്ചുവടുകളും വീടാക്കിയവർ,

വെളിം പറമ്പുകളിൽ മൃഗങ്ങളെപ്പോലെ മലമൂത്രവിസർജ്ജനം ചെയ്യുന്നവർ ഇന്ത്യയിൽ 30 കോടിയിലേറെ വരുമെന്നാണ് കണക്ക്.) കുടിലുകളിൽ വസിക്കുന്നവർ ലളിതസുന്ദരമായ കൊച്ചുവീടുകൾ സ്വപ്നം കാണും. കൊച്ചുവീടുകളിൽ അന്തിയുറങ്ങുന്നവർ ആഡംബരവും പ്രതാപവുമുള്ള വലിയ വീടുകൾ സ്വപ്നം കാണും. വലിയ വീടുകളിൽ താമസിക്കുന്നവരുടെ സ്വപ്നം എന്താണാവോ?

ഞാൻ പിറന്നുവളർന്ന വലുതായ വീട്, നാലു തലമുറകൾക്കു മുമ്പ്, മാക്കീൽ പിതാവിന്റെ പിതൃസഹോദരൻ ഇട്ടിക്കുഞ്ഞ്, എന്റെ വല്യപ്പപ്പൻ പണിയിച്ചതാണ്. എന്റെ അപ്പനും എന്റെ ജേഷ്ഠസഹോദരന്റെ മകനും ആ വീട് പൊളിച്ചുപണിയാൻ ശ്രമിച്ചു. ചില അദൃശ്യകാരണങ്ങളാൽ പിൻവാങ്ങേണ്ടി വന്നു. വിവാഹിതനായി. ജോലിസംബന്ധമായ സൗകര്യങ്ങളുടെ പേരിൽ ഞാൻ ആ പൈതൃകഭവനം വിട്ട് കോട്ടയത്ത് ഒരു വാടകവീട്ടിൽ താമസമാക്കി. ഒരു വാടകക്കാരന്റെ, അല്ല, അയാളുടെ ഭാര്യയുടെ ഏറ്റവും വലിയ സ്വപ്നം പട്ടണത്തിൽ സ്വന്തമായി ഇത്തിരി മണ്ണും അതിലൊരു കൊച്ചുവീടുമാണ്. പി. ഭാസ്കരൻ എന്ന പാട്ടെഴുത്തുകാരന്റെ കാവ്യഭാവനയിൽ പറഞ്ഞാൽ നാഴിയിടങ്ങഴി മണ്ണും അതിൽ നാലു കാലോലപ്പുരയും ഒരഭിമാനമാണ്. അതിന് ഞങ്ങൾക്ക് എന്റെ നാല്പതു വയസ്സുവരെ കാത്തിരിക്കേണ്ടി വന്നു. കാത്തിരുന്നു ദാഹിച്ചു മോഹിച്ചു കഷ്ടപ്പെട്ടു പണിതെടുത്ത വീട് ശരീരത്തിന്റെയും ഹൃദയത്തിന്റെയും ആത്മാവിന്റെയും അഭയസങ്കേതമാണ്.

ഓരോ വീടിനും ഒരു വിധിയുണ്ട്. അതിന്റെ വിധി ആ പണിയുന്നവനെ ആശ്രയിച്ചിരിക്കും. അല്ലെങ്കിൽ അതിൽ വസിക്കുന്നവരുടെ ചെയ്തികളെ ആശ്രയിച്ചിരിക്കും. ചില വീടുകൾക്ക് ശുഭഭാവിയുണ്ട്. ചില വീടുകൾ അശുഭകരങ്ങളായി മാറും. ചില വീടുകൾക്ക് നൂറായുസ്സാണ്. ചിലവ അല്പായുസ്സുക്കളാണ്. ചില വീടുകൾ ഐശ്വര്യവും മഹത്ത്വവും കൊണ്ടുവരും. ചില വീടുകൾ ദുഃഖങ്ങൾക്കു നിമിത്തമാകും.

എന്റെയൊരു പരിചയക്കാരൻ 35 വർഷത്തിലേറെയായി അമേരിക്കയിലാണ്. എഴുപത് വയസ്സുമായി. ഒരാഗ്രഹം ജൻമനാട്ടിലൊരു വീടു വേണം. ആർക്കിറ്റെക്റ്റിനോട് അദ്ദേഹം പറഞ്ഞത് ആ ഗ്രാമത്തിലുള്ളതിൽ വച്ചേറ്റവും വലിയ വീട് വേണമെന്നാണ്. അദ്ദേഹത്തിന്റെ ഭാര്യയും ഏകമകനും തീർത്ത് പറഞ്ഞു നമുക്ക് നാട്ടിൽ വീടുവേണ്ട. അവിടെ ആരും പോയി താമസിക്കില്ല എന്നൊക്കെ. അദ്ദേഹം തന്റെ ആഗ്രഹം സഫലീകരിച്ചു. ഒരു കോടിയിലേറെ മുതൽ മുടക്കി വലിയൊരു വീട്. ബന്ധുക്കളുടെയും സുഹൃത്തുക്കളുടെയും നിർബന്ധത്തിനു വഴങ്ങി, ഭാര്യയും മകനും ഹൗസ് വാമിങ്ങിനു വന്നു. മെത്രാൻതന്നെ വെഞ്ചരിച്ചു. അന്നു രാത്രി വീടുപണിഞ്ഞവൻ ഉറങ്ങിയത് ആ രമ്യഹർമ്മ്യത്തന്റെ

സുഖശീതളിമയിലല്ല, ഒരാശുപത്രിയുടെ ഐസിയുവിലെ ഏകാന്തസുന്ദരമായ ബന്ധനത്തിലാണ്. മൂന്നാഴ്ച തികയും മുമ്പേ, അദ്ദേഹത്തെ ഭാര്യയും മകനും അമേരിക്കയിലേയ്ക്ക് കൊണ്ടുപോയി. മൂന്നു വർഷമായി വീട് പൂട്ടിക്കിടക്കുന്നു. തൊടികളിൽ കാട് കേറി, മുറ്റത്താകെ പുല്ല് പടർന്നു, നിറം മങ്ങി പായൽ പിടിച്ച മാറാലകൾ തൂങ്ങി നാട്ടുകാർക്കൊരു സംസാരവിഷയമായി ആ വീടങ്ങനെ....

എന്റെയൊരു സുഹൃത്ത്, വഴിപോക്കരുടെ കണ്ണുകൾക്ക് ഉത്സവമായി വീടെന്നപേരിൽ ഒരു മഹാസൗധം പണിതു. വെഞ്ചെരിപ്പിന് എന്നെ ക്ഷണിച്ചു. പോകാനൊത്തില്ല. പിറ്റേന്ന് സന്ധ്യയിൽ എനിക്കാവീട്ടിൽ പോകേണ്ടിവന്നു. കാരണം, ആ വീടിന്നുടയവൻ, വെഞ്ചെരിപ്പിന്റെ വിരുന്ന് സത്ക്കാരാനന്തരം വെളുപ്പിന് ഹൃദയാഘാതം വന്നു മരിച്ചു. വെഞ്ചരിപ്പിന്റെ വിശാലമായ പന്തലിലൂടെ, ഇപ്പോൾ മരണപ്പന്തലിലൂടെ ചെന്ന് മോഹനസുന്ദരമായ സ്വീകരണമുറിയിൽ ശയിക്കുന്ന സുഹൃത്തിനെ കണ്ടു. കണ്ണാടിപോലെ മിന്നുന്ന രാജസ്ഥാൻ ഗ്രാനൈറ്റിൽ കണ്ണീർ നനവ്. “അങ്ങനെ എന്റെ ഭവനം ശാശ്വതമല്ലെന്നും എല്ലാ ജീവികൾക്കും വിധിച്ചിരിക്കുന്ന ഭവനത്തിലേയ്ക്ക് എന്നെ കൊണ്ടുപോകുമെന്നും എനിക്കറിയാം’ എന്ന ഇയ്യോബിന്റെ വാക്യം അന്വർത്ഥമായി.

പർവ്വതങ്ങൾ ജറുസലേമിനെ ചൂഴ്ന്നുനില്ക്കുന്നതു പോലെയാണ് മരണം. നാം അതിന്റെ നിഴൽ വീണ താഴ്വരയിലൂടെയാണ് നടക്കുന്നത്. മനുഷ്യൻ ഒരു നിശ്വാസം മാത്രം. മനുഷ്യൻ ഒരു നിഴൽ മാത്രം. അവന്റെ ബദ്ധപ്പാട് വെറുതെ യാണ്. മനുഷ്യൻ സമ്പാദിച്ചുകൂട്ടുന്നു. അത് ആരനുഭവിക്കുമെന്ന് അവൻ അറിയുന്നില്ല. അല്പനേരത്തേയ്ക്കുള്ള അതിഥിയാണവൻ. പൂർവപിതാക്കളെപ്പോലെ അവനും ഒരു പരദേശിയാണ്. മറഞ്ഞില്ലാതാകുന്നതിന് മുമ്പ് സന്തോഷമെന്തെന്നു അവൻ അറിയുമോ?

കഴിഞ്ഞ രാത്രിയിലെ വിരുന്നുസത്കാരങ്ങളുടെ മണം തങ്ങിനില്ക്കുന്ന ആ മരണപന്തലിൽ ഞാൻ ഒറ്റയ്ക്കിരുന്നു. ബൈബിളിലെ സങ്കീർത്തനഭാഗങ്ങളുടെ ഭാവഗാംഭീര്യം ഞാനനുഭവിച്ചു.

മനുഷ്യന്റെ ആഗ്രഹമോ പ്രയത്നമോ അല്ല ദൈവത്തിന്റെ കരുണയാണ് എല്ലാറ്റിനു അടിസ്ഥാനം. നിനക്കെന്തു മാഹാത്മ്യമാണുള്ളത്. ദാനമായി ലഭിച്ചതല്ലാതെ നിനക്കെന്തുണ്ട്? എല്ലാം ദാനമായിരിക്കെ, ദാനമല്ല എന്ന മട്ടിൽ എന്തിന് നീ അഹങ്കരിക്കുന്നു. ഇപ്പോൾ നിങ്ങൾക്കെല്ലാം തികഞ്ഞെന്നോ, നിങ്ങൾ സമ്പന്നരായെന്നോ, നിങ്ങൾ നിങ്ങളുടെ സ്വന്തമായെന്നോ, അല്ല, നിങ്ങൾ വിലകൊടുത്തു വാങ്ങപ്പെട്ടവരാണ്. ഒട്ടകപക്ഷി ഗർവോടെ ചിറകുവീശുന്നു. എന്നാൽ അതിന് കഴുകനെപ്പോലെ പറക്കാൻ കഴിയുമോ?

ഒരു പരിചയക്കാരൻ വന്നു കസേര വലിച്ചിട്ട് എന്റെ അടുത്തിരുന്നു. എന്റെ ഉള്ളിൽ ഞാൻ കേട്ട സുവിശേഷ വാക്യങ്ങൾ നിലച്ചു.

ജ്ഞാനമാണ് വീട് പണിയേണ്ടത്. തിന്മയിൽ നിന്നും ധൂർത്തിൽ നിന്നും അകലുന്നതിനുള്ള വിവേകമാണ് ജ്ഞാനം. വിവേകി തന്റെ മാർഗ്ഗവും ലക്ഷ്യവും വ്യക്തമായി അറിയുന്നു. ഒരുവൻ പണിയുന്ന വീട്, അവന്റെ സ്വഭാവത്തിന്റെ പ്രകാശമാണ്. അവന്റെ ശരീരത്തിന്റെയും മനസ്സിന്റെയും പ്രതിരൂപമാണ് അവന്റെ വീട്. ജ്ഞാനം പണിയുന്ന വീട്, സൂര്യനൊപ്പം ഉണരുകയും പകലിനു യോജിച്ച വസ്ത്രം ധരിക്കുകയും സന്ധ്യയിൽ കളിചിരികൾകൊണ്ട്, പ്രാർത്ഥനാ ഗീതങ്ങൾകൊണ്ട് നിറയുകയും രാത്രിയിൽ പ്രണയമൊഴികൾ ഓതുകയും സുഖമായി കിടന്നുറങ്ങുകയും ചെയ്യും.

ഭോഷൻ വീട് പണിയുമ്പോൾ, തന്റെ ഭോഷത്തം വിളംബരം ചെയ്യും. ഏഴെട്ടു കാശിന്റെ ഉന്മാദത്തിന്റെ വീട്, ഗർവിന്റെയും അല്പത്വത്തിന്റെയും പൊങ്ങച്ചത്തിന്റെയും വീട്, നെഞ്ചുവിരിച്ച്, കുടവയറുതള്ളി നില്ക്കും. വാതിലടച്ചുപൂട്ടി സൂക്ഷിക്കാൻ ആ വീട്ടിൽ എന്തോ ഉണ്ട്. ദാനം ചെയ്യാൻ അതിൽ ഒന്നുമുണ്ടാവില്ല. അധികാരവും ആജ്ഞാപനവും ശകാരവും കരച്ചിലും അതിലുണ്ടാവും. ആ വീട്ടിൽ സുഖമുള്ള ഓർമ്മകളുണ്ടാവുമോ? മനസ്സിന്റെ കൊടുമുടികളെ മൂടി നില്ക്കുന്ന മൂടൽമഞ്ഞു പോലെയുള്ള ഓർമ്മകൾ. ആ വീട്ടിൽ സൗന്ദര്യമുണ്ടാവുമോ? ഹൃദയത്തെ മഴയിലേയ്ക്കും പൂക്കളിലേയ്ക്കും പൂമ്പാറ്റകളിലേയ്ക്കും മരങ്ങളിലേയ്ക്കും കിളികളിലേയ്ക്കും കൂട്ടിക്കൊണ്ടു പോകുന്ന അനുഭൂതിദായകമായ സൗന്ദര്യബോധം. ജീവിച്ചിരിക്കുന്നവർക്കുവേണ്ടി മരിച്ചവർ പണിതുകൊടുത്ത ശവകുടീരമാണോ ആ വീട്.

ഒരു പണക്കാരന്റെ കൊട്ടാരമുറ്റത്ത് എന്റെ, കൂലി വേലക്കാരനായ ബാല്യകാലസുഹൃത്ത് നിന്നു. അവന്റെ മകളുടെ കിഡ്നി ഡയാലിസിസിനു ഒരാഴ്ച ആയിരക്കണക്കിനു രൂപ വേണം. അതിനൊരു സഹായം തേടി ചെന്നതാണ്. ഗൃഹനാഥൻ കൊടുത്തത്., 50 രൂപ. അദ്ദേഹത്തിന്റെ വീട്ടുമുറ്റത്ത് പാകിയ ആയിരക്കണക്കിനു ടൈൽസിൽ ഒരു ടൈലിന്റെ വിലപോലുമില്ലാത്ത ആ നോട്ടിൽ ആ നിസ്സാഹായനായ പിതാവിന്റെ കണ്ണീർ വീണു. ആ മകൾ ഒരുമാസത്തിനകം മരിച്ചു.

ലൗകികസമ്പത്തുണ്ടായിരിക്കേ ഒരുവൻ തന്റെ സഹോദരൻ സഹായമർഹിക്കുന്നവനായി കണ്ടിട്ടും അവനെതിരെ ഹൃദയം അടയ്ക്കുന്നുവെങ്കിൽ അയാളിൽ എങ്ങനെ ദൈവം വസിക്കും. ദേവദാരുകൊണ്ട് ഉത്തരവും സരളവൃക്ഷം കൊണ്ട് കഴുക്കോലും ഹരിതമോഹന ശയ്യാതലവുമുള്ള ഭവനത്തിൽ വസിച്ചാലും അവർ ദൈവത്തിന്റെ ആലയമാകുന്നില്ലെങ്കിൽ ആ ഭവനം അർത്ഥശൂന്യമായിരിക്കും.

പ്രപഞ്ചത്തെയും അതിലുള്ള സകലത്തെയും സൃഷ്ടിച്ചവനും സ്വർഗ്ഗത്തിന്റെയും ഭൂമിയുടെയും കർത്താവുമായ ദൈവത്തെ മനുഷ്യനിർമ്മിതമായ അംബരചുംബികളിൽ പ്രതിഷ്ഠിച്ചാലും ദൈവം അവിടെ ഉണ്ടാവില്ല. അതിൽ വസിക്കുന്നവർ ദൈവത്തിന്റെ ആലയങ്ങളാകുന്നില്ലെങ്കിൽ.

ഒരു വീട് ശ്രേഷ്ഠമാകുന്നത് അതിന്റെ ബാഹ്യമോടികളിലോ അകം കാഴ്ചകളിലോ അല്ല. അതിലുള്ളവരുടെ മനുഷ്യത്വം കൊണ്ടാണ്. പക്ഷേ സമ്പത്ത് കൂടും തോറും മനുഷ്യത്വം കുറഞ്ഞു വരും എന്നതൊരുനേരാണോ?

●

വീടുവിട്ടു പോകുന്ന സ്നേഹങ്ങൾ

അടുത്തനാളിൽ ഒരു വർത്തമാനപ്പത്രത്തിൽ ഒരു വാർത്ത വായിച്ചു. ഹൃദയഭേദകമായ വാർത്തകൾപോലും നിർവികാരതയോടെ വായിച്ചു മറക്കുന്ന കഠിനഹൃദയരായി കാലം നമ്മെ മാറ്റുമ്പോഴും ചിലപ്പോൾ നാമറിയാതെ മനസിന്റെ ഏതോ മനുഷ്യപ്പറ്റിൽ ചില വാർത്തകൾ പറ്റിപ്പിടിച്ചുകിടക്കും.

സംസ്ഥാന വനിതാ കമ്മീഷൻ അംഗം പ്രൊഫ. മീനാക്ഷി തമ്പാൻ, കണക്കുകൾ ഉദ്ധരിച്ചു കൊണ്ടു നടത്തിയ ഒരു പത്രസമ്മേളനമാണ് ആ വാർത്ത. പോലീസ് ക്രൈം റെക്കാർഡ്സുകൾ വെളിപ്പെടുത്തിയ റിപ്പോർട്ടനുസരിച്ച് കേരളത്തിൽ ഓരോ ദിവസം എട്ടുപെൺകുട്ടികളെ കാണാതാവുന്നു. 2005 മുതൽ 2008 വരെ അതായത് 3 വർഷത്തിനിടയ്ക്ക് കേരളത്തിൽ പതിനായിരത്തിലധികം പെൺകുട്ടികൾ വീടുവിട്ടുപോയി. ഇതിൽ 1304 കുട്ടികളെ ഇനിയും കണ്ടെത്തിയിട്ടില്ല. 2005ൽ മാത്രം 1270 കുട്ടികൾ വീട് ഉപേക്ഷിച്ചുപോയി. അവരിൽ 265 പെൺകുട്ടികൾ ഇതുവരെ തിരിച്ചെത്തിയിട്ടില്ല.

തുടർന്നു വന്ന മറ്റൊരു വാർത്തകൂടി ഇതിനോടു ചേർത്തുവായിക്കുക. കേരളത്തിൽ കൗമാരക്കാരിൽ ആത്മഹത്യാനിരക്ക് ഒന്നിനൊന്നു കൂടിവരികയാണ്. അതു തടയാൻ കിശോരി ശക്തിയോജന അനുസരിച്ച്, ആദ്യഘട്ടത്തിൽ സംസ്ഥാനത്തു 163 വിദ്യാലയങ്ങളിൽ സാമൂഹ്യക്ഷേമ വകുപ്പ് കൗൺസിലർമാരെ നിയോഗിക്കും. സംസ്ഥാനത്തെ മുഴുവൻ വിദ്യാലയങ്ങളിലേയ്ക്കും ഒരു വർഷത്തിനകം ഈ പദ്ധതി വ്യാപിപ്പിക്കും. ഇന്ത്യയിൽ ഒരു ലക്ഷം പേരിൽ 11.2 പേർ ആത്മഹത്യചെയ്യുമ്പോൾ കേരളത്തിലത് 25.2 ആണ്. ആത്മഹത്യക്കാരിൽ ഭൂരിപക്ഷവും

കൗമാരപ്രായത്തിലുള്ളവരാണ് എന്നതാണ് വാസ്തവം.

വീടുവിട്ടുപോകലും ആത്മഹത്യ ചെയ്യലും പണ്ടുമുണ്ട്. പക്ഷേ ഇന്ന്, ശാസ്ത്രവും മനുഷ്യനും കാലവും, ഒന്നിനൊന്നു പുരോഗമിച്ച ചക്രവാളങ്ങളെ കീഴടക്കി മുന്നേറുമ്പോൾ എന്തേ നമ്മുടെ കുട്ടികൾ, നാളെയുടെ ഭാഗധേയങ്ങൾ ഇടയ്ക്കുവച്ച ഇടറിപ്പോകുന്നു.

വീടുവിട്ടവർ ചരിത്രത്തിൽ പലരുണ്ട്. അവർ ചരിത്രം സൃഷ്ടിച്ചവരാണ്. സിദ്ധാർത്ഥൻ, ബുദ്ധനായതങ്ങനെയാണ്, നരേന്ദ്രൻ വിവേകാനന്ദനായതങ്ങനെയാണ്. ഫ്രാൻസീസ് അസ്സീസ്സിയായതങ്ങനെയാണ്. പിറന്ന വീടും വ്യവസ്ഥാപിത മഠവും ഉപേക്ഷിച്ച തെരുവിലിറങ്ങിയപ്പോഴാണ് സിസ്റ്റർ തെരേസ, മദർ തെരേസയായത്. വഴക്കടിച്ച വീട്ടിൽ നിന്നിറങ്ങി, വൈദ്യ പഠനവും വേണ്ടെന്നു വച്ച അസ്തിത്വദുഃഖവുമായി നടന്ന ഫ്രാൻസ് കാഫ്ക റിബൽ സാഹിത്യനായകനായി. വീടും പള്ളിക്കൂടവും വെണ്ടെന്നു വച്ച പത്തുവർഷത്തോളം ഇന്ത്യയിലൊട്ടാകെ അലഞ്ഞതിനുശേഷമാണ് ബഷീർ, വൈക്കം മുഹമ്മദ് ബഷീർ ആയത്. പോൾ ഗോഗിൻ, ബാങ്ക് ഉദ്യോഗവും കളഞ്ഞ്, ഭാര്യയേയും കുട്ടികളേയും മറന്ന് താഹതി എന്ന ദ്വീപിൽ കഷ്ടപ്പാടുകളുടെ അജ്ഞാതവാസത്തിനുശേഷമാണ് വിശ്വവിഖ്യാനായ നിയോക്ലാസിക് ചിത്രകാരനായത്. ശങ്കരൻ വീടും കാലടിയും വിട്ട കാൽനടയായി ഹിമാലയത്തിലേയ്ക്കു പോയി, സർവ്വജ്ഞപീഠം കയറിയവനായി. എന്തിന് എന്റെയൊരു ശിഷ്യൻ കുത്താട്ടുകുളംകാരൻ സുബാഷ്, അച്ഛനോടുതെറ്റിപ്പിരിഞ്ഞ് കോളേജു പഠനം ഇടയ്ക്കു വച്ച അവസാനിപ്പിച്ച്, അലഞ്ഞു തിരിഞ്ഞു ഒടുവിൽ എന്റെ വീട്ടിൽ വന്നു സംസാരിച്ചപ്പോൾ അവന്റെ മുന്നിൽ ഞാൻ ശിഷ്യനും അവൻ ഗുരുവുമായി. അങ്ങനെ എത്രയെത്ര ജന്മങ്ങൾ ജന്മവാസനകളെ മറികടന്ന് മനുഷ്യകുലത്തിനാകെ മഹത്ത്വവും അർത്ഥവും നൽകി. ഇവർക്കൊക്കെ വീട് ഉപേക്ഷിക്കാനുള്ളതായിരുന്നു. നമുക്കൊക്കെ വീട് തിരിച്ചറിവോടെ ജീവിക്കാനുള്ള അഭയസ്ഥാനങ്ങളാണ്. ചുറ്റുപാടുകൾ ഇരുളുമ്പോൾ, ഭയം വന്നു മൂടുമ്പോൾ, വെളിച്ചത്തിന്റെ ഭവനം തേടുന്നവരാണ് നമ്മൾ. സ്നേഹസാന്ത്വനങ്ങളുടെ വഴിക്കണ്ണുകളുമായി ഉറ്റവർ ഉടയവർ അവിടെ നമ്മെ കാത്തിരിപ്പുണ്ട്. അതൊരു പ്രത്യാശയാണ്. ആനന്ദമാണ്. അപ്പോഴും ഏകനായി ദൂരങ്ങളിലേയ്ക്ക് അകലാനുള്ള ഒരു സഞ്ചാരിമനസ്സ് നമ്മളിലുണ്ട്; അതു നാം മറക്കുന്നുവെന്നേയുള്ളൂ. വീട്ടിൽ ബന്ധങ്ങളും ബന്ധനങ്ങളുമുണ്ട്. സ്നേഹങ്ങളും ആലിംഗനങ്ങളുമുണ്ട്. ബാല്യകൗമാരങ്ങൾ ഓടിനടന്ന മുറ്റവും തൊടികളുമുണ്ട്. കേറിമറിഞ്ഞ മരങ്ങളും തലകുത്തിമറിഞ്ഞ തോടും പുഴകളും, കളിവീടുവച്ച മാഞ്ചോട്ടുകളും. ഒളിച്ചുകളിച്ച തട്ടിൻപുറങ്ങളും നിലവറകളും പഴം കട്ടുതിന്ന പത്തായപ്പുരകളും, കൂട്ടുകിടന്ന മണങ്ങളും മമതകളും അങ്ങനെയങ്ങനെ

എത്രയെത്ര ഗൃഹാതുരമായ ഓർമ്മകൾ, ഒരു പിൻവിളിയായി വീട്ടിലേയ്ക്ക നമ്മെ തിരികെയെത്തിക്കുന്നു.

നമ്മുടെ കുട്ടികൾക്കിന്ന് വീടുവിട്ടുപോകാനുള്ള വിധിയാണുള്ളത്. വീടും നാടും മണ്ണും അവർക്കിന്നു സുഭിക്ഷമായ അപ്പത്തിനുള്ള വക നൽകുന്നില്ല. അവർക്കു പ്രവാസികളായേപറ്റൂ, കൂടുതൽ സുഖ സൗകര്യങ്ങൾക്ക്, വലിയകാറിന്, വലിയ വീടിന്.

വലിയ വീട്ടിൽ വലിയ സുഖസൗകര്യങ്ങളുടെ മദ്ധ്യത്തിൽ വീണ്ടും സമ്പാദിച്ചുകൂട്ടാനുള്ള വ്യഗ്രതയിൽ നമ്മുടെ മക്കൾ, നമ്മുടെ കൊച്ചുമക്കൾ സംതൃപ്തരാണോ? ഇന്ന് എല്ലാവരും തിരക്കിലാണ്. എന്തിനാണ് ഇത്ര തിരക്ക്? ഏറെ സമ്പാദിക്കാൻ. എന്തിനാണ് ഇത്രയേറെ സമ്പാദിക്കുന്നത്.? നല്ല ജീവിതത്തിന്, മക്കളുടെ ശോഭനമായ ഭാവിക്ക്, ആ മക്കളാണ് തങ്ങളുടെ മാതാപിതാക്കളുടെ കഷ്ടപ്പാടുകൾ തിരിച്ചറിയാതെ അവരെ മറന്ന്. അവരെ തിരസ്കരിച്ച്, വളർന്ന വീടുവിട്ട് അനിശ്ചിതമായ ഭാവിയുടെ കരവലയങ്ങളിൽ വീണു പോകുന്നത്.

വില്യം ബ്ലേക്കിന്റെ ഒരു കൊച്ചു കവിത ഓർമ്മയിൽ വരുന്നു.

Father where are you going
O don't walk so fast.
speak father speak to your child,
Or else I shall be lost.

എന്റെ അച്ഛാ, എവിടെപ്പോകുവാ, ഇത്രയും വേഗത്തിൽ നടക്കരുതേ, അച്ഛാ എന്നോടു സംസാരിക്കു. ഈ കുഞ്ഞിനോടു എന്തെങ്കിലും ഒന്നു പറയൂ, അതല്ലെങ്കിൽ, ഈ തിരക്കിൽ ഞാൻ നഷ്ടപ്പെടാം.

എന്തോ ഒന്നു കെട്ടിപ്പൊക്കാനുള്ള വലിയ തിരക്കിലാണു മാതാപിതാക്കൾ. ഏതൊക്കെയോ വ്യഗ്രതകൾക്കിടയിൽ, തങ്ങളോടൊപ്പമുള്ള തങ്ങളുടെ കുഞ്ഞുങ്ങളെ മറന്നു പോകയാണവർ. ആ കൊച്ചു വിരലിൽ ഒന്നു പിടിക്കാൻ,. മാറോടൊന്നു ചേർത്തു, വയ്ക്കാൻ, മടിയിലൊന്നിരുത്താൻ, നെറുകയിലൊന്നുമ്മവയ്ക്കാൻ, ഒന്നു പുഞ്ചിരിക്കാൻ. ഒരു വാക്കു മിണ്ടാൻ, ഒപ്പമൊന്നു കളിക്കാൻ, അവരെയൊന്നു കേൾക്കാൻ നേരമില്ല, അപ്പനമ്മമാർക്ക്, കുഞ്ഞുങ്ങൾ വേഗം വളരും, ശൈശവവും ബാല്യവും കൗമാരവും പെട്ടെന്ന് പിന്നിട്ട് അവർ വളർന്നു വലുതാകും. പറക്കമുറ്റാത്ത പ്രായത്തിൽ കുഞ്ഞുങ്ങൾക്കു ശരണവും ആലംബവും മാതാപിതാക്കൾ മാത്രമാണ്. വീടുകുഞ്ഞുങ്ങൾക്കു അഭയവും സാന്ത്വനവുമാണ്. അങ്ങോട്ടോ ഇങ്ങോട്ടോ ഒന്നു മാറിനിന്നാൽ അവരുടെ മനസ്സുനിറയെ വീടാണ്, വീടിന്റെ സ്നേഹമാണ്. എത്ര പ്രഗൽഭനായ അധ്യാപകൻ പഠിപ്പിച്ചാലും അവസാന പീരീഡിൽ, അവസാന മണിക്കു വേണ്ടി കുട്ടികൾ കാതോർത്തിരിക്കും. എന്തിനാ വീട്ടിലേയ്ക്കോടിച്ചെല്ലാൻ.

വീടവരെ കാത്തിരിക്കുകയാണ്. അപ്പോൾ വീട്ടിൽ സ്നേഹാലിംഗനങ്ങളില്ലാതെ വന്നാലോ. അനാഥമാകുന്ന മനസ്സ് നിഷേധമാകും.

ജീവജാലങ്ങളിൽ ഏറ്റവും നീണ്ട കാലത്തെ പരിചരണ ശുശ്രൂഷകൾ വേണം ഒരു മനുഷ്യക്കുഞ്ഞിന്. അതിനുവേണ്ടിയാണ് വേർപിരിയാത്ത ഇണകളുണ്ടായത്. ആ ഇണകളുടെ ഒരുമയിലാണ് കുടുംബമുണ്ടായത്. ഇണകൾക്കു വേണ്ടിയല്ല, കുഞ്ഞുങ്ങളുടെ നിസ്സാഹയാവസ്ഥയിലെ കരുതലിനു വേണ്ടിയാണ് കുടുംബം നിലനില്ക്കുന്നത്! അപ്പോൾ കുടുംബം തന്നെ ഇല്ലാതായാലോ. ഈ കാലത്തിന്റെ ഏറ്റവും വലിയ ദുരന്തം കുടുംബങ്ങളിൽ വീഴുന്ന വിള്ളലുകളാണ്. അത് വരും കാലത്തിന്റെ മനുഷ്യാവസ്ഥയുടെ മേൽ ഈ കാലം ഇടുന്ന അടയാളങ്ങളാണ്.

പറക്കമുറ്റിക്കഴിയുമ്പോൾ സന്താനങ്ങൾ അകലാനുള്ള അടയാളങ്ങൾ കാണിക്കും. അതൊരു സ്വാഭാവിക പരിണാമമാണ്. അവർ സ്വയം പര്യാപ്തരാകും സ്വന്തം ചിറകിൽ പറക്കാൻ, സ്വന്തം കാലിൽ ഓടാൻ അവർ ആവേശം കാണിക്കും. ലോകത്തിന്റെ മായാവിലാസങ്ങൾ, തങ്ങളുടെതന്നെ ശരീരത്തിന്റെ വികാര പരവേശങ്ങൾ അവരെ പ്രലോഭിപ്പിക്കും. അവർക്കു വീടും കൂടും വിട്ടുപോകണം, മാതാപിതാക്കളെ നിഷേധിച്ചു പോകണം. അവർക്കു അവരുടെ സ്വതന്ത്രലോകവും സ്വതന്ത്ര മനസ്സും വേണം. കൗമാരത്തിന്റെ അവസാനം, യൗവനത്തിനറെ ആരംഭം നമ്മുടെ മക്കളുടെ ഹൃദയം ഇങ്ങനെയൊരു സങ്കീർണ്ണതയിലാണ്.

മക്കൾ, തങ്ങളുടെ മാതാപിതാക്കൾക്കുവേണ്ടിയുള്ളവരല്ല, മറിച്ച് മാതാപിതാക്കൾ മക്കൾക്കുവേണ്ടിയുള്ളവരാണ്. കൗമാരത്തിന്റെ അന്ത്യംവരെ മാതാപിതാക്കളുടെ ഭ്രമണപഥത്തിൽ കിടന്നു കറങ്ങുന്ന കാലംവരെ, അവർക്കു നാം നമ്മുടെ ജീവിതം കൊണ്ടു നില്ക്കുന്നതെന്താണോ അതാണു സംസ്കാരം. ജന്മങ്ങളുടെ തുടർച്ചയിൽ മനുഷ്യൻ നേടിയ അറിവും ചിന്തയും കൈമാറി അതങ്ങനെ തുടരുകയാണ്. എല്ലാ സംസ്കാരവും കുടുംബത്തിൽ നിന്നുള്ളതാണ്. കുടുംബം പകർന്നു നല്കുന്നതാണ്. ഗർഭത്തിൽ കിടക്കുന്ന കാലം മുതൽ മുട്ടിലിഴയുന്ന കാലത്തും വേച്ചു വേച്ചു നടക്കുന്ന പ്രായത്തിലും സ്കൂളിലേയ്ക്കു പറഞ്ഞുവിടുന്നിടം വരെ മാതാപിതാക്കൾ ജീവിതം കൊണ്ടും സ്നേഹം കൊണ്ടും അറിവുകൊണ്ടും മാതൃക കൊണ്ടും ശിക്ഷണം കൊണ്ടും ഉപദേശം കൊണ്ടും ഇളം മനസ്സിൽ കോറിയിടുന്നതിന്റെ ആകെത്തുകയെന്തോ അതാണു കുടുബ സംസ്കാരം. സംസ്കാരത്തിന്റെ വിശദാംശങ്ങളും വൈകാരികതകളും പിന്നീടവർ സ്വന്തം ജീവിതം കൊണ്ട് ഉൾക്കൊള്ളും. എങ്കിലും അവരുടെ മൂല്യം നിർണ്ണയിക്കപ്പെടുന്നത് കുടുംബത്തിൽ നിന്നുതന്നെയാണ്. കുടുംബമാണ് എല്ലാ സ്വഭാവത്തിന്റെയും അടിസ്ഥാനം.

വീട്, മാതാപിതാക്കൾ, കുടുംബം സ്നേഹമാകണം, അത് കുഞ്ഞുങ്ങൾക്കു അനുഭവവേദ്യമാകണം. അതവരെ ബോധ്യപ്പെടുത്തുക എന്നതു കഠിനവും ക്ലേശവുമാണ്. അതിന് സഹനവും ക്ഷമയും ത്യാഗവും വേണം. സ്നേഹം പറിച്ചുകൊടുക്കുമ്പോൾ അതിന്റെ മുൾമുനകൾ നമ്മെ മുറിപ്പെടുത്തും. കിരീടം ചൂടിക്കുന്ന സ്നേഹം തന്നെയാണ് കുരിശിലേറ്റുന്നതും. മക്കളെയും കൊണ്ടുള്ള മഹത്ത്വത്തിലേയ്ക്കുള്ള യാത്ര ഒരർത്ഥത്തിൽ ഒരു കുരിശുയാത്രതന്നെയാണ്.

മക്കൾ ഞങ്ങളുടെ ഹൃദയത്തിലുണ്ട് എന്നു മാതാപിതാക്കൾ പറയും. അതല്ല പ്രധാനം, മറിച്ച് മാതാപിതാക്കൾ മക്കളുടെ ഹൃദയത്തിലുണ്ടോ അതാണു പ്രധാനം. മക്കൾ, മാതാപിതാക്കൾക്കൊപ്പം വസിക്കുമ്പോഴും മക്കൾ നമ്മുടേതല്ലെന്നും അവർ നമുക്കുള്ളതല്ലെന്നും നമുക്കു തിരിച്ചറിവുണ്ടോ. നമ്മുടെ കുഞ്ഞുങ്ങൾ, നമ്മളിൽ നിന്നകന്ന് നാളെയുടെ വസതിയിൽ വസിക്കേണ്ടവരാണെന്നും അവിടെ തങ്ങൾക്കു പ്രസക്തിയൊന്നുമില്ലെന്നും നമ്മൾക്ക് അറിയാനുള്ള വിവേകമുണ്ടോ, കാലം, ജീവിതം പിന്നോട്ടല്ല വളരുന്നത്. മുന്നോട്ടു പോയ മക്കൾക്ക് നാം പിന്നിൽ നിന്നു നൽകിയ പാഠങ്ങൾ ഹൃദയസ്പർശിയായ ഗൃഹാതുരസ്മരണയിലൂടെ അവർ ഏറ്റു ചൊല്ലുന്നുണ്ടോ. എങ്കിൽ മാത്രമേ മനസ്സും ശരീരവും ജീവിതയാത്രയിൽ വഴി തെറ്റുമ്പോൾ മനസ്സാക്ഷി അവരെ നേർവഴിയിലേക്കു തിരിച്ചുവിടൂ.

മനസ്സാക്ഷിയെ നയിക്കുന്നതാവട്ടെ, മനശാസ്ത്രജ്ഞന്മാർ പറയുന്ന 'ചൈൽഡ് ഹഡ് സ്ക്രിപ്റ്റ്' എന്ന കാവൽമാലാഖയും. ഞാൻ വായിച്ച മഹത്തായ ഒരു നോവലാണ് ദസ്തയോവിസ്കിയുടെ ' കാരമസോവ് സഹോദരന്മാർ' എന്റെ യൗവനത്തിലെ ഈ നോവലിന്റെ വായന പിന്നീടു പല പ്രാവശ്യം ഈ കൃതി വായിക്കാൻ പ്രേരകമായി 775 പേജുള്ള ഈ വലിയ നോവലിന്റെ അവസാന പേജിൽ, അലോഷ്യ എന്ന ചെറുപ്പക്കാരൻ തന്റെ തകർന്ന തരിപ്പണമായ ബാല്യകാല ജീവിതത്തിന്റെ കുടുംബ പശ്ചാത്തലത്തിൽ, ഇല്യുഷ എന്ന സ്കൂൾ കുട്ടിയുടെ ശവസംസ്കാരവേളയിൽ അവിടെ കൂടിയിരിക്കുന്ന കുട്ടികളോടു പറയുന്ന ഒരു കാര്യമുണ്ട്. അതിതാണ്.

My dear childeren, you must know that there is nothing higher or stronger, or sounder, or more useful afterwards in life, than some good memory, especially a memory from childhood in perhaps the best education. If a man stores so many such memories to take in to life. And even if only one good memory remains with us in our hearts, that alone may serve some day for our salvation (എന്റെ പ്രിയ കുട്ടികളെ,

കുട്ടിക്കാലത്തെയോ, പിതൃഭവനത്തിലെയോ മധുരമൂറുന്ന ഒരു ഓർമയേക്കാൾ ശക്തമായതോ, ഉദാത്തമായതോ, കൂടുതൽ ഉപകാരപ്രദമായതോ ആയ ഒരു കാര്യം നിങ്ങളുടെ ജീവതത്തിൽ ഉണ്ടായെന്നുവരില്ല. ഇത്തരത്തിലുള്ള പവിത്രവും, സുന്ദരവുമായ ഓർമകളാണ് ഏറ്റവും നല്ല വിദ്യാഭ്യാസം. ഒരാൾക്ക് ഇത്തരത്തിലുള്ള ധാരാളം ഓർമകളുണ്ടെങ്കിൽ അയാളുടെ ജീവിതം മുഴുവൻ രക്ഷപ്പെട്ടു എന്നു പറയാം. ഇത്തരത്തിലുള്ള ശക്തമായ ഒരു ഓർമയെങ്കിലും മനസിൽ സൂക്ഷിക്കുന്നുവെങ്കിൽ, അത് എന്നെങ്കിലും അയാളുടെ രക്ഷയ്ക്ക് നിമിത്തമാകും.)

പണത്തെ ഉപാസിച്ചിരിക്കുമ്പോൾ, സ്നേഹങ്ങളെല്ലാം വീടുവിട്ടിറങ്ങിപ്പോകും. പിന്നെ അവശഷിക്കുന്നതെന്താണ്? അത് കാണാൻ കണ്ണടയ്ക്കുക.

●

നിങ്ങളുടെ പക്കൽ എത്ര അപ്പമുണ്ട്?

ക്രിസ്മസ് മുതൽ ജനുവരിമാസം മുഴുവനും നമുക്ക കല്യാണങ്ങളുടെ ആഘോഷങ്ങളാണ്. ഉച്ചയ്ക്കും വൈകിട്ടും കല്യാണമായും ചന്തം ചാർത്തായും മൈലാഞ്ചിയായും മാമ്മോദീസയായും ആദ്യകുർബാന സ്വീകരണമായും തിരക്കിട്ട പരിപാടികൾ തന്നെ. ഈ പരിപാടികളുടെയെല്ലാം മുഖ്യമായ ആകർഷണം വിശിഷ്ടഭോജ്യങ്ങളാണ്. വിശിഷ്ട ഭോജ്യങ്ങൾ കാൺകിൽ കൊതിയാമാർക്കും എന്നു കുമാരനാശാൻ.

വിശപ്പ് മനുഷ്യന്റെ അടിസ്ഥാന ഘടകങ്ങളിൽ പ്രഥമവും പ്രധാനവുമാണ്. ഭക്ഷണം കഴിക്കാതെ മനുഷ്യനു ജീവനുമില്ല, ജീവിതവുമില്ല. വിശക്കുന്നവനോടു വേദാന്തമോതിയിട്ടു ഒരു കാര്യവുമില്ല. വേദാന്തങ്ങളും ഘോഷങ്ങളും ഉത്സവങ്ങളും ആഡംബരങ്ങളുമെല്ലാം വിശപ്പിനുശേഷമുള്ള സർഗ്ഗാത്മകതകളും നേരമ്പോക്കുകളുമാണ്. വിശക്കുന്നവന്റെ മുമ്പിൽ ദൈവം പ്രത്യക്ഷപ്പെടുന്നതുപോലും അപ്പത്തിന്റെ രൂപത്തിലാവും.

നമ്മുടെ കല്യാണമേളങ്ങളുടെ മുഖ്യഭാഗമായ ഭക്ഷണത്തിന്റെ വിപുലവും വിശാലവുമായ ഐറ്റങ്ങളുടെ വൈവിധ്യം എന്നെ വേദനിപ്പിക്കുകയും അതോടൊപ്പം ചിന്തിപ്പിക്കുകയും ചെയ്യുന്നു. ഭക്ഷണം സമൃദ്ധമായി മുന്നിൽ കാണുമ്പോൾ വേദനിക്കുന്നതെന്തിനാണ്, സന്തോഷിക്കുകയല്ലേ വേണ്ടത്. ശരിയാണ്. വിശക്കുന്നവനു ഭക്ഷണം സന്തോഷമാണ്. പക്ഷേ വിശപ്പറിയാത്ത ഒരു സമ്പന്നസമൂഹം വിശിഷ്ടഭോജ്യങ്ങൾ വൃഥാ പ്രയോഗിക്കുമ്പോൾ എന്തൊക്കെയോ ചിന്തിച്ചുപോകുന്നു. വിവിധങ്ങളായ ഭക്ഷണക്കൂട്ടങ്ങൾ, പല പല നിറക്കൂട്ടുകളിൽ,

ആവിപറത്തി, കൊതിയൂറുന്ന മണം പരത്തി, നിരനിരയായി അങ്ങനെ അലങ്കാരമായി വെച്ചിരിക്കുന്നതു കാണുമ്പോൾ ആരുമൊന്നിളകിപ്പോകും. പക്ഷേ, ആ അവസരത്തിൽ ഒരു മറുചിന്ത വന്ന് മനസ്സിനെ ആകുലമാക്കിയാലോ.

ചിന്തിക്കുന്നതാണു പ്രശ്നം. ഓർമ്മകളിൽ തട്ടിയാണു ചിന്തവരുന്നത്. ഓർമ്മകൾ ഭൂതകാലങ്ങളെ കുലുക്കിയുണർത്തും. അതു നമ്മുടെ പഴയകാലങ്ങളെ, പഴയ ജീവിതാവസ്ഥകളെ തിരികെക്കൊണ്ടുവരും. അപ്പോഴാണു നമ്മൾ നമ്മെത്തന്നെ തിരിച്ചറിയുന്നത്. ആ തിരിച്ചറിവ് ഇന്നിന്റെ നമ്മുടെ മനോഭാവങ്ങളെ എളിമപ്പെടുത്താത്തത് മറ്റൊരു പ്രശ്നമാണ്.

എളിമയുടെ വിപരീതഭാവമാണു പൊങ്ങച്ചം. ഇന്നു നമ്മുടെ പൊതുസമൂഹമനഃസാക്ഷിയുടെ മുഖമുദ്രകളിൽ പ്രകടനാത്മകമാണ് ഈ പൊങ്ങച്ചം. എന്റെ സമ്പത്ത്, എന്റെ സ്ഥാനമാനങ്ങൾ, സമൂഹമദ്ധ്യത്തിൽ എനിക്കുള്ള പൊസിഷൻ, എന്റെ നിലയും വിലയും ഒക്കെയാണു ഉയർത്തിക്കാട്ടാൻ കിട്ടുന്ന അവസരം യഥാവിധി ഉപയോഗിക്കുക. നമ്മളൊരുക്കുന്ന വിരുന്നുമേശകൾ നാട്യ പ്രധാനമാകാനുള്ള കാരണങ്ങളിലൊന്ന് ഇതാണ്. അതിഥിയെ ആദരിക്കുക എന്ന ആതിഥേയന്റെ നല്ല മനസ്സിന്റെ കരുതലിന്റെ പ്രതിഫലനമാണിത്, എന്നു അനുമാനിക്കുന്നതിനുമപ്പുറമാണിത്. ആഗോളവത്ക്കരണ സംസ്കൃതിയുടെ ഉദാരവത്ക്കരണ മനോഭാവത്തിന്റെ പ്രകടനമാണ് ഈ ഭക്ഷണ ധാരാളിത്തം. 'ഒരാൾക്ക് എത്രയടിമണ്ണുവേണം' എന്നൊരു കഥയുണ്ട്, ടോൾസ്റ്റോയിയുടേതായി. എത്ര കിട്ടിയാലും പോരാത്ത മനുഷ്യമനസ്സിന്റെ ഒടുങ്ങാത്ത ആസക്തിയുടെ പ്രസിദ്ധമായ കഥയാണിത്. അതേപോലെ ഒരാൾക്ക് എത്രതരം ഭക്ഷണം വേണം ഒരു നേരത്തെ സംതൃപ്തിക്ക് എന്നു നിശ്ചയിക്കാനാവുമോ?

ഇന്നീ ഭക്ഷണമേളയൊരുക്കുന്നവർ ഒന്നു പിന്നിലേയ്ക്കു പോവുക. തങ്ങളുടെ ബാല്യകൗമാരങ്ങളിലേയ്ക്ക്. രണ്ടാം മഹാലോകയുദ്ധാനന്തരമുള്ള വറുതിയുടെ ശേഷിപ്പുകൾ നമ്മുടെ നാട്ടിൽപുറങ്ങളെ പട്ടിണിയിലാഴ്ത്തിയിരുന്നു. തൊള്ളായിരത്തിയമ്പതുകളും അറുപതുകളും ദാരിദ്ര്യത്തിന്റെ നാളുകളായിരുന്നു. ആ ദാരിദ്ര്യ ദുഃഖം അനുഭവിച്ചവർക്ക് എങ്ങനെ മനസ്സു വരുന്നു വിലയേറിയ ഭക്ഷണത്തെ ഇങ്ങനെയിട്ടു തട്ടികളിക്കാൻ. അതോ രൂപയെക്കാൾ മൂല്യമേറിയ ഡോളറിന്റെ, യൂറോയുടെ, പൗണ്ടിന്റെ, ദിനാറിന്റെ, റിയാലിന്റെ, ദിർഹത്തിന്റെ, ഏഴെട്ടുകാശിന്റെ ഉന്മാദത്തുള്ളലാണോ?

അഹന്ത കൊള്ളില്ല മനുഷ്യന്, പ്രത്യേകിച്ച് ഭക്ഷണത്തോടു കാട്ടുന്ന അനാദരവ് ഒരർത്ഥത്തിൽ അഹന്തതന്നെയാണ്. ഭക്ഷണത്തിന്റെ

ധാരാളിത്തവും മിച്ചം വന്ന ഭക്ഷണം ഉപയോഗശൂന്യമാക്കി വലിച്ചെറിയുന്നതും പാപം തന്നെയാണ്. കല്യാണത്തിനും മറ്റു ആഘോഷങ്ങൾക്കും നാം ക്ഷണിക്കുന്നവരിൽ തൊണ്ണൂറിയൊൻപതു ശതമാനം അതിഥികളും നാലുനേരം വിശപ്പറിയാതെ ഭക്ഷിച്ചു മടുത്തു വരുന്നവരാണ്. നാം ആരും ദരിദ്രരെ വിളിച്ചു വരുത്തി അവർക്കായി വിരുന്നു മേശ ഒരുക്കാൻ മാത്രം വിശാലമനസ്കരോ യേശുവിന്റെ അനുയായികളോ അല്ല. അതുകൊണ്ട് നാം ക്ഷണിച്ചു വരുത്തുന്ന സമ്പന്നരായ അതിഥികൾ ഈ നാനാവിധ ഭക്ഷണക്കൂട്ടിന്റെ കൂട്ടായ്മകണ്ടു പരിഭ്രമിക്കാനൊന്നും പോണില്ല. അവരീ ഭക്ഷണമേളയിൽ നിന്നു കൗതുകപൂർവം ഒന്നുനുള്ളിപ്പെറുക്കി വായിൽ വച്ചു രുചിച്ചു ബാക്കിയെല്ലാം വേസ്റ്റാക്കി ബോക്സിലിടുകയാണ്. ടിഷ്യു പേപ്പർ കൊണ്ടൊന്നു കൈതുടച്ച്, കിറി തുടച്ച് 'ഫുഡ് ഇഷ്ടം പോലെ, വെറൈയ്റ്റി ഫുഡ് കൊള്ളാം' എന്നൊരു കമന്റും പാസ്സാക്കി ഉടനെ സ്ഥലം വിടുകയായി. ഞാൻ ചിലപ്പോൾ ചില വിരുന്നുകൾക്കുശേഷം വെറുതെ ഫുഡ്കൗണ്ടറിൽച്ചെന്നു നോക്കും. വേസ്റ്റു ബോക്സുകൾക്കു മുന്നിൽപ്പോയി നില്ക്കും. ദൈവമേ മറ്റൊരു വിരുന്നിനുള്ള ഭക്ഷണം പിന്നെയും ബാക്കിയായിരിക്കുന്നു, ഈ മനുഷ്യർ ആവശ്യത്തിലേറെ ഭക്ഷണമെടുത്തു ആവശ്യത്തിലേറെ മിച്ചം വരുത്തി അനാവശ്യമായി ഇതാ വലിച്ചെറിഞ്ഞിരിക്കുന്നു. യേശു പഠിപ്പിച്ച അന്നന്നു വേണ്ട അപ്പത്തിന്റെ പ്രാർത്ഥന നിത്യവും പലവട്ടം ചൊല്ലുന്നവർ അതിന്റെ വിലയും നിലയും തിരിച്ചറിയാതെ അജ്ഞാനികളാകുന്നു.

എന്തോ, ഞാനിപ്പോൾ എന്റെ അമ്മയെ ഓർക്കുന്നു. എന്റെ യൗവനാസക്തമായ നാളുകളൊന്നിൽ, കൂട്ടുകാരോടൊത്തു ചുറ്റിക്കറങ്ങി വീട്ടിലെത്താൻ ചില ദിവസങ്ങൾ വൈകി. ഒരു ദിവസം രാത്രി വീട്ടിലെത്തിയപ്പോൾ അമ്മ വഴിക്കണ്ണുമായി കാത്തിരിക്കുകയായിരുന്നു. അമ്മ വിളമ്പിത്തന്നെ ഭക്ഷണത്തെ കുറ്റം പറഞ്ഞു ഞാൻ കഴിച്ചു കൊണ്ടിരിക്കെ അപ്പുറത്തിരുന്നു അമ്മ പറഞ്ഞു. മോനേ പണ്ടു നിനക്കു ഒന്നോ രണ്ടോ വയസ്സുള്ളപ്പോൾ അടുക്കളയിൽ ചാണകം മെഴുകിയ തറയിൽ നീ ഉടുക്കാക്കുണ്ടാനായിരിക്കുകയാണ്. ഇപ്പുറത്ത് കൊരണ്ടിയിലിരുന്ന് ഞാൻ കഞ്ഞി കുടിക്കുന്നു. ആ കഞ്ഞിയിലേയ്ക്കു നീ നീട്ടിമുള്ളി. മൂത്രം വീണ കഞ്ഞിവെള്ളം, ഞാൻ കഞ്ഞിക്കു മുകളിൽ നിന്നു ഇത്തിരി വടിച്ചു കളഞ്ഞു. ആ കഞ്ഞിമുഴുവൻ കുടിച്ചു. ആ കഞ്ഞി കളഞ്ഞാൽപ്പിന്നെയെനിക്കു വേറെ കഞ്ഞികുടിക്കാൻ കിട്ടില്ല. മോനേ വിശപ്പാണു കറി. വിശപ്പിനെ തൃപ്തിപ്പെടുത്തുന്നതിനു പകരം മറ്റൊന്നില്ല. അന്നം ദൈവമാണു മോനേ, അതിനെ പഴിക്കരുത്. അതു നശിപ്പിക്കരുത്. അമ്മയുടെ കണ്ണുനിറയുന്നു. ദൈവമേ ഈ ഇത്തിരി പറ്റിനു മേൽ മനുഷ്യപ്പറ്റുള്ള എത്ര പേരുടെ വിയർപ്പും കണ്ണീരും വീണിരിക്കുന്നു.

അഞ്ചാം ക്ലാസ് പഠിപ്പുമാത്രമുള്ള അമ്മ പറഞ്ഞതു ഒരു പാഠമാണ്. ക്രിസ്തുവിനും മുമ്പ് അറുനൂറു വർഷം പഴക്കമുള്ള, ആർഷഭാരത ഋഷിമാരുടെ ആത്മജ്ഞാനപ്രകാശമായ ഉപനിഷത്തുവരെ എത്തുന്ന അറിവാണത്. അന്നത്തിലും ദൈവമുണ്ടെന്ന്.

ഈശാവാസ്യമിദം സർവ്വം
യജ്ജദ് കിഞ്ചി ജഗത്യം ജഗത്
തേന ത്യക്തേന ഭുഞ്ജീഥാ:

ഈ ജഗത്തിൽ സർവ്വതിലും ഈശ്വരൻ വസിക്കുന്നു. നിനക്കു കിട്ടിയതു നീ ഉപയോഗിക്കുമ്പോൾ നിന്റേതാണെന്നു ധാരണ ഉപേക്ഷിച്ചുകൊണ്ടു ഉപയോഗിക്കുക, നിനക്കു കിട്ടിയതിനെ ത്യജിച്ചു ഭുജിക്കുക. ഇതൊന്നും നമ്മുടേതുമാത്രമല്ലെന്നും ഇത് നമ്മുടെ ഉപയോഗത്തിനായി തന്നിരിക്കുന്നതാണെന്നും മനസിലാക്കുക. ഞാൻ വെറുതെ കുന്നുകൂട്ടി നിക്ഷേപിക്കാൻ പാടില്ല. അപ്പോൾ ഞാൻ അപരനുള്ളതു കൂടി കവർന്നെടുക്കുകയാണ്. ഞാൻ ഉപയോഗിക്കുന്നതുപോലെ അപരനും അത് ഉപയോഗിക്കാനുള്ളതാണ്. ഞാൻ കൂടുതലെടുക്കുമ്പോൾ മറ്റൊരാൾക്കുള്ള വിഹിതം ഇല്ലാതാവുകയാണ്.

ഇതാണു ഗാന്ധിജിയും പറഞ്ഞുവച്ചത്; ഭൂമിയിൽ എല്ലാ മനുഷ്യർക്കും അവരവരുടെ ആഗ്രഹത്തിനനുസരിച്ചുള്ള വിഭവങ്ങളുണ്ട്. പക്ഷേ, ചിലരുടെ അത്യാഗ്രഹം ഏറെപ്പേരുടെ ആഗ്രഹങ്ങളെയാണു ഇല്ലായ്മ ചെയ്യുന്നത്.

ഒരു പാവം സ്ത്രീ ഇടയ്ക്കൊക്കെ എന്റെ വീട്ടിൽ വരാറുണ്ട്. മന്ദബുദ്ധിയായ ഒരു മകനേ അവർക്കുള്ളൂ. പഴയമുണ്ട്, ഷർട്ട്, കുറച്ചു പണം ഇതൊക്കെ അവർ ആവശ്യപ്പെടും. ഒരിക്കൽ ഒരു ഉച്ച സമയത്ത് വിങ്ങി വിയർത്തു അവർവന്നു. എന്തെങ്കിലും കഴിക്കാൻ തരാമോ എന്നവർ ചോദിച്ചു. ഭാര്യ, ആ സ്ത്രീക്കു കുറച്ചു ചോറും കറിയും കൊടുത്തു. വിശന്നിരുന്ന അവർ പെട്ടെന്നു കഴിക്കാൻ തുടങ്ങി. എന്തോ ഓർത്തിട്ടെന്നപോലെ അവർ പെട്ടെന്നെഴുന്നേറ്റു വാഴയിലകീറിക്കൊണ്ടു വന്നു. ആ ചോറും കറിയും അതിലിട്ടു തുണികൊണ്ടു പൊതിഞ്ഞു. "എന്റെ മോൻ വീട്ടിലുള്ളത് ഞാൻ മറന്നു. അവനിന്നൊന്നും കഴിച്ചില്ല"

ഭക്ഷണമേശയിൽ ചിലപ്പോൾ ആ ഓർമ്മയിൽ ചോറ് എന്റെ തൊണ്ടയിൽ കുരുങ്ങുന്നു. എന്നിട്ടും വളരെ വേഗം അതിനെ മറന്ന് വിഭവങ്ങളുടെ രുചികളിലേയ്ക്കു ഞാൻ മടങ്ങുന്നു.

ഭക്ഷണം ധ്യാനമാണ്. അത് അനുകമ്പാപൂർവം കാഴ്ചയർപ്പിക്കേണ്ടതാണ്. സ്വർഗ്ഗത്തിലേക്കു നോക്കി കൃതജ്ഞതാ സ്തോത്രം ചെയ്ത്, മുറിച്ച് പ്രിയത്തോടെ വിളമ്പേണ്ടതാണ്.

അപ്പം ത്യാഗമാണ്. അതിനു പിന്നിലൊരു കാത്തിരിപ്പിന്റെ ഹൃദയമുണ്ട്. കാറ്റും കോളും നിറഞ്ഞ ജീവിതത്തിന്റെ കടലിൽ രാത്രി മുഴുവൻ വലയെറിഞ്ഞു ഹതാശയരാകുന്നവർക്കുവേണ്ടി കരയിൽ തീകൂട്ടി അതിൽ അപ്പവും മീനും വെച്ചു കാത്തിരിക്കുന്ന സ്നേഹവാത്സല്യങ്ങളുടെ കരുതലാണത്.

ഏതാനും ദിവസം മുമ്പ് ഒരു രാത്രി ഏഴരയോടെ ഞാൻ നാഗമ്പടം പോപ്പ് മൈതാനിയുടെ മുമ്പിലൂടെ പോയി. മൈതാനത്തും ചുറ്റിലും കാറുകളുടെ ബഹളം. ട്രാഫിക് ബ്ലോക്ക്. അപ്പോഴാണ് ഓർത്തത്, ഇന്നു ഭക്ഷ്യമേളയുടെ സമാപനമാണല്ലോ. ഭക്ഷ്യമേളത്തിന്റെ കൂടാരത്തിനുള്ളിൽ നിന്നു വാദ്യമേളങ്ങൾ, ആരവങ്ങൾ, ന്യൂജനറേഷൻ വിഭവങ്ങളുടെ രുചിവൈവിധ്യത്തിന്റെ പുത്തൻ മണങ്ങൾ, ടിക്കറ്റെടുക്കാൻ കാത്തുനില്ക്കുന്ന കുടുംബങ്ങളുടെ നീണ്ടുനീണ്ടു പോകുന്ന നിരകൾ. ദൈവമേ തീറ്റയ്ക്കും ഉത്സവം. വിശപ്പുകെട്ടവരുടെ ഉത്സവവിശപ്പ്. അപ്പോൾ ഞാൻ കണ്ടു. ഭാര്യയ്ക്കു കാട്ടിക്കൊടുത്തു. പൂട്ടി കിടക്കുന്ന പഴയ ഗ്രീൻ പാർക്ക് ഹോട്ടലിന്റെ ഗെയിറ്റിനു മുന്നിൽ രണ്ട് ആഡംബരക്കാറുകളുടെ മദ്ധ്യേ ഒരു ദരിദ്രകുടുംബം എച്ചിൽപ്പാത്രത്തിൽ പരതുന്നു... എന്റെ മനസ്സിലപ്പോൾ ഒരു പാട്ടുകേട്ടു. ദക്ഷിണാമൂർത്തി ട്യൂണിട്ട് ശ്രീകുമാരൻതമ്പി രചിച്ച് യേശുദാസ് പാടിയ പാട്ട്; ഈശ്വരനൊരിക്കൽ വിരുന്നിനുപോയി രാജകൊട്ടാരത്തിൽ വിളിക്കാതെ....

അസ്സീസിയിലെ ഫ്രാൻസീസ്. യേശു ലോകത്തിനു നൽകിയ ഏറ്റവും വലിയ ഉപമ, അസ്സീസിയിലെ ഒരു പ്രാന്തപ്രദേശത്തുകൂടെ അങ്ങനെ അലയുകയാണ്. ആൽമൻഡ് വൃക്ഷം മുന്നിൽ. ഫ്രാൻസീസ് ആ വൃക്ഷത്തോടു സ്നേഹപൂർവ്വം യാചിച്ചു. സഹോദരീ എനിക്കു ദൈവത്തെ വെളിപ്പെടുത്താമോ? ഉടനെ ആ മരം അടിമുടി പൂത്തുലഞ്ഞു. ഫ്രാൻസീസ് കണ്ണീരോടെ ആ മരത്തെ കെട്ടിപ്പുണർന്നു. ഫ്രാൻസീസ് പിന്നെയും നടന്നു. അപ്പോൾ ഒരു പറ്റം കിളികൾ നിലത്ത് എന്തോ കൊത്തിത്തിന്നുന്നു. ഫ്രാൻസീസ് ചോദിച്ചു കിളിക്കുഞ്ഞുങ്ങളേ നിങ്ങൾക്ക് എനിക്കു ദൈവത്തെ കാട്ടിത്തരുമോ. കിളികൾ ഒന്നു ചേർന്നു ഫ്രാൻസീസിനു ചുറ്റും പറന്നു പാട്ടുപാടി. അവൻ അവയെ പിടിച്ചു ഉമ്മവെച്ചു. പിന്നെ പറത്തിവിട്ടു. ഫ്രാൻസീസ് മുന്നോട്ടു നടന്ന് ഒരു ചേരിയിലെത്തി. അവിടെ ഒരു തോട്ടിൽ കുറേ കുട്ടികൾ കുത്തിമറിഞ്ഞ് ഉല്ലസിക്കുന്നു. കരയിൽ ഒരു കല്ലിന്മേൽ ഒരു വൃദ്ധ അതുകണ്ടു രസിച്ചിരിക്കുന്നു. ഫ്രാൻസീസ് ആ വൃദ്ധയോടു കാരുണ്യപൂർവ്വം ചോദിച്ചു. അമ്മേ എനിക്കു ദൈവത്തെ കാണണം. നിനക്കതിനു കഴിയുമോ? ആ സ്ത്രീ തന്റെ മടിയിൽ തുണിക്കെട്ടിൽ നിന്നു ഒരു അപ്പമെടുത്തു ഉയർത്തി, മക്കളേ എന്നു നീട്ടി വിളിച്ചു. നഗ്നനായ ഒരു കുട്ടി ചെളിവെള്ളത്തിൽ നിന്നു കയറി വന്നു. ആ അപ്പം

വാങ്ങി, കൂട്ടുകാരേ എന്നു ഉറക്കെ വിളിച്ചു. അവരെല്ലാം ഓടിവന്നു. അവരാ അപ്പം പരസ്പരം കൈമാറി. ഫ്രാൻസിസ് നോക്കുമ്പോൾ കുട്ടികളുടെ കൈയിലെല്ലാം അപ്പം. ഒരപ്പം... അഞ്ചപ്പം... ഏഴപ്പം. വിസ്മയത്തോടെ ഫ്രാൻസീസ് വൃദ്ധയേയും കുട്ടികളേയും മാറിമാറിപ്പുണർന്നു നൃത്തച്ചുവടുകൾ വച്ചു.

ദൈവമേ, ഈ ജീവന്റെ അപ്പം സ്വർഗ്ഗത്തിൽ നിന്നിറങ്ങിയ നിന്റെ ശരീരം തന്നെയല്ലേ.

●

പരാജയപ്പെടാത്തത്, അല്ലെങ്കിൽ ഇവിടെ വിജയശ്രീലാളിതമാകുന്നത് അദ്ദേഹം ഏറ്റവും അടുത്തറിഞ്ഞ വ്യക്തികളും അദ്ദേഹം ഏറ്റവും അടുത്തറിഞ്ഞ സംഭവങ്ങളും എഴുതപ്പെട്ടതുകൊണ്ടു മാത്രമാണ്. The real is only the base, But it is the base.

ബുദ്ധിമാനായ മനുഷ്യൻ അന്വേഷിക്കുന്നത് തന്നിലെ തന്റെ വ്യക്തിസത്തയെയാണ്. ആ അന്വേഷണത്തിലൂടെ കണ്ടെത്തുന്നത് തന്റെ തന്നെ ജീവിതാനുഭവങ്ങളുടെ ആത്മഹർഷങ്ങളും ആത്മനൊമ്പരങ്ങളുമാണ്. അതിനെക്കുറിച്ചാണ് എഴുതുന്നതെങ്കിൽ, അതു പിന്നെ ഒരിക്കലും ബാഹ്യാഡംബരപ്രദർശിതമാവില്ല. അതൊരു ആത്മീയപ്രഫുതമായ സത്യജ്ഞാന ആനന്ദം തന്നെയായിരിക്കും. ഈ കൃതി ഇത്ര ഹൃദയാവർജകമാകാൻ കാരണം ഈ ആത്മീയബന്ധമാണ്.

ഞാൻ ഈ കുറിപ്പ് എഴുതുന്നത് ഫെബ്രുവരി പതിമൂന്നിനു ശിവരാത്രി ദിനത്തിലാണ്. ഇന്നാണ് ഓമനക്കുട്ടന്റെ എഴുപത്തിയഞ്ചാം പിറന്നാൾ. അരനൂറ്റാണ്ടു പഴക്കമുള്ള ഞങ്ങളുടെ ബന്ധത്തിന്റെ വെളിച്ചത്തിൽ ജന്മാദിനാശംസകൾ നേർന്നു വിളിച്ചു. പതിവുപോലെ ചിരിച്ചും രസിച്ചും സ്നേഹിതൻ ഹൃദയം തുറന്നു. കഴിഞ്ഞ കുറെ ദിവസങ്ങളിൽ ഞാൻ ഓമനക്കുട്ടന്റെ 'നീ സത്യം ജ്ഞാനം ആനന്ദം' വായിക്കുകയായിരുന്നു. മർത്ത്യജീവിതം പ്രതിജനഭിന്നവിചിത്രമാർഗമാം പ്രതിനവരസമാണെന്ന് അറിയുകയായിരുന്നു. ആ വേദന അനുഭവിക്കുകയായിരുന്നു. ആ വേദന അനുഭവിച്ചു തന്നെയാണ് ഈ മനുഷ്യകഥാനുഗായി ഇതെഴുതിയത്. എന്നിട്ടും അദ്ദേഹത്തിന് എങ്ങനെ ഇങ്ങനെ സ്വതന്ത്രമായ മനസ്സോടെ ഒരല്ലലുമില്ലാത്ത വാക്കുകളോടെ പെരുമാറാൻ കഴിയുന്നു.

എഴുത്ത്, വികാരങ്ങളുടെ ഒഴുകിത്തീർക്കലല്ല. വികാരങ്ങളിൽനിന്നുള്ള രക്ഷപ്പെടലാണ്. അത് വ്യക്തിസത്തയുടെ ആവിഷ്കാരമല്ല. വ്യക്തിസത്തയിൽ നിന്നുള്ള രക്ഷപ്പെടലാണ്. തന്നിൽ കുടിയേറി തന്നെ കഷ്ടപ്പെടുത്തിയ പ്രിയപ്പെട്ടവരെയെല്ലാം എഴുത്തിലൂടെ പുറത്താക്കി ഓമനക്കുട്ടൻ രക്ഷപ്പെട്ടു. അങ്ങനെ അകമൊഴിഞ്ഞ അഹത്തോടെ തരംഗലീലയിലെ തടശിലപോലെയായിരുന്നു. എല്ലാം ഉപേക്ഷിച്ചിറങ്ങിയ വാനപ്രസ്ഥാവസ്ഥപോലെയുള്ള പ്രായത്തിൽ എത്തിയിരിക്കുന്നു. അങ്ങനെ ഗ്രന്ഥകാരൻ രക്ഷപ്പെട്ടു. എന്നാൽ ഈ കൃതി വായിക്കുന്നവന്റെ അവസ്ഥയോ? അവനു രക്ഷയില്ല. നരജീവിതമായ വേദന അനുഭവിക്കുകതന്നെ.

സി.ആർ. ഓമനക്കുട്ടനുള്ള വിശിഷ്ടമായ എഴുപത്തിയഞ്ചാം പിറന്നാൾ സമ്മാനമാണ് കോഴിക്കോട് ഇൻസൈറ്റ് പബ്ലിക്ക സമർപ്പിക്കുന്ന ശ്രേഷ്ഠമായ ഈ ഓമനകൃതി.

●

'നല്ല നാളെയല്ല നല്ല ഇന്നലെ'

തനിക്കും ചുറ്റും താൻ കണ്ട, അസംഖ്യം മനുഷ്യാത്മാക്കളിൽനിന്നു ഗ്രഹിച്ച സത്യജ്ഞാന ആനന്ദങ്ങളുടെ സമ്പൂർണ പുനരാഖ്യാനമാണ് ഈ കൃതി എന്നു 'പാഠപുസ്തകം' എന്ന അവതാരികയിൽ സുഭാഷ് ചന്ദ്രൻ എഴുതുന്നു.

എണ്ണിയാൽ തീരാത്ത വ്യക്തികളെ അവരുടെ വ്യക്തതയാർന്ന വ്യക്തിത്വങ്ങളെ സവിശേഷ ശൈലിയിൽ സുവിശേഷ നിറവോടെ കലാചാതുരിയുടെ മായികതയോടെ കഥാപാത്രങ്ങളാക്കി ആവിഷ്ക രിക്കുകയാണ് ഓമനക്കുട്ടൻ ഈ കൃതിയിൽ. എത്രയെത്ര കഥാപാ ത്രങ്ങൾ, എത്രയെത്ര അവിസ്മരണീയ മുഹൂർത്തങ്ങൾ, നർമഫലിത ഹാസ്യാനുസാരിയായ കാഴ്ചകളോടെ, കണ്ണീരും കിനാവും പുഞ്ചിരിയു ഇടകലർന്ന കാഴ്ചപ്പാടുകളോടെ ഇടമുറിയാതങ്ങനെ ഒഴുകിപ്പരക്കുക യാണ്, ഇനി വരും കാലങ്ങളിലേക്കുള്ള വായനാനുഭൂതിയുടെ ഹരിത മേച്ചിൽപ്പുറങ്ങളിലേക്ക്.

ഓമനക്കുട്ടൻ എഴുതിയത് തന്റെ ജീവിതാനുഭവസീമയിൽപ്പെട്ട പ്ര യപ്പെട്ട ചില വ്യക്തികളെ, അവരോടു ബന്ധപ്പെട്ട ബന്ധുരമായ ചില സംഭവങ്ങളെക്കുറിച്ചാണ്. അതാവട്ടെ ഹൃദയത്തോടു ചേർത്തുപിടിച്ച ആത്മാവിഷ്കാരനിറവോടെയും കനിവോടെയുമാണ്.

All attempts to write about persons or events, to whic the writer is not intimately related in a personal way ar now doomed to failure. ഓമനക്കുട്ടന്റെ എഴുത്ത് വ്യക്തികളെക്കു റിച്ചും അവരോടു ബന്ധപ്പെട്ട സംഭവങ്ങളെക്കുറിച്ചുമുള്ള ഈ എഴുത